AF797670

எம்ஜிஆர் முதல் ரஜினிவரை

ஜீவசகாப்தன்

தமிழின் சமகால ஊடகவியலாளர்களுள் முக்கியமானவர். தமிழ் மண்ணோடு தொடர்புடைய சமூக, அரசியல் விஷயங்கள் குறித்த ஆழமான புரிதல் கொண்டவர். தமிழ்த்தேசியம், திராவிடத் தேசியம், இந்திய தேசியம் என்று தமிழக, இந்திய அரசியலோடு தொடர்புடைய அனைத்தைக் குறித்தும் தெளிவான பார்வை கொண்டவர். தமிழ் ஊடக உலகில் உருவெடுத்த குறிப்பிடத்தக்க நெறியாளரான இவர், நியூஸ் 18 தமிழ்நாடு உள்ளிட்ட தமிழின் முன்னணி ஊடகங்களில் பணியாற்றியவர். இவர் எடுத்த நேர்காணல்களும் நெறிப்படுத்திய விவாத நிகழ்ச்சிகளும் அரசியல் ரீதியாக அதிகம் கவனிக்கப்பட்டவை. எழுத்து, பேச்சு, விவாதம் என்று தான் எடுத்துக் கொண்ட ஒவ்வொன்றிலும் தான் முன்வைக்கும் தரவுகளின் வழியே தனிமுத்திரை பதித்தவர். தற்போது லிபர்டி தமிழ் யூட்யூப் சானலை தலைமையேற்று நடத்திவருகிறார்.

எம்ஜிஆர் முதல் ரஜினிவரை

ஜீவசகாப்தன்

கிழக்கு

எம்ஜிஆர் முதல் ரஜினி வரை
MGR mudhal Rajini varai

First Edition: November 2020
128 Pages

ISBN: 978-81-948653-1-5
Kizhakku - 1216

Kizhakku Pathippagam
177/103, First Floor, Ambal's Building, Lloyds Road,
Royapettah, Chennai - 600 014. Ph: +91-44-4200-9603
Email : support@nhm.in   Website : www.nhm.in

kizhakkupathippagam   kizhakku_nhm

Author's Email: jeebiosagapthan@yahoo.com

Kizhakku Pathippagam is an imprint of New Horizon Media Private Limited

செய்தியைத் தன் மூச்சாக சுவாசித்த
என் ஆருயிர் நண்பன் பிரசன்னாவுக்கு.

உள்ளே...

என்னுரை

தமிழக அரசியல் களத்தில், பரப்பரப்பான விவாதத்தைத் தொடங்கியிருக்கும் வார்த்தை ஆன்மிக அரசியல். 'ஆன்மிகம்' என்கிற வார்த்தையோ, ஆன்மிகம் சார்ந்த உரையாடலோ, தமிழக மரபிற்குப் புதிது கிடையாது. ஆனால், 'ஆன்மிக அரசியல்' என்ற பதமும், கருத்தியலும் தமிழக அரசியல் களத்திற்கு மிகவும் புதிது.

மூதறிஞர் ராஜாஜிகூட 'ஆன்மிக அரசியல்' என்ற வார்த்தையைப் பயன்படுத்தியதில்லை. 'தேசியமும், தெய்வீகமும் என் இரு கண்கள்' என்று கூறிய பசும்பொன் முத்துராமலிங்கத் தேவரும் 'ஆன்மிக அரசியல்' என்ற அடைமொழியைப் பயன்படுத்திய தில்லை. அவர், அரசியல் என்று வந்துவிட்டால், நேதாஜி ஆதரவு என்பதில் உறுதியாக இருந்தார். ஆன்மிகம் என்று வந்துவிட்டால், முருக பக்தராக மாறிவிடுவார்.

இப்படியாகத்தான் தமிழக அரசியல் களம் இருந்து வந்தது. இந்த நிலையில்தான், நடிகர் ரஜினிகாந்த் உருவாக்கியிருக்கும் 'ஆன்மிக அரசியல்' என்ற கருத்துரு பேசுபொருளாக மாறியிருக்கிறது. இந்த 'ஆன்மிக அரசியல்' என்ற கருத்துருதான் இந்த நூல் எழுதும் ஆர்வத்துக்கு என்னைத் தூண்டியது.

'எம்.எஸ்.சி. மைக்ரோபயாலஜி படித்துவிட்டு, எதற்காக ஊடகத் துறையைத் தேர்ந்தெடுத்தாய்?' என்பது பலரும் என்னைப் பார்த்து கேட்கும் கேள்வி. ஏன், நானே என்னைப் பார்த்து அடிக்கடி கேட்டுக் கொள்ளும் கேள்வி. எந்த ஒரு புது செய்தியையும், அந்த

நிகழ்வு நடைபெற்ற ஆண்டுடன் நினைவு வைத்துக் கொள்ளும் பழக்கம் எனக்கு சிறுவயதிலிருந்தே இருந்தது. உதாரணத்திற்கு, மைக்ரோ பயாலஜி படிப்பில் மருத்துவக் கண்டுபிடிப்பு குறித்த செய்தி என்றால், அந்தக் கண்டுபிடிப்பு 1919ம் ஆண்டு நடந்தது என்று வைத்துக் கொள்வோம். எனக்கு 1919 என்று கேட்டாலே, ஜாலியன் வாலாபாக் படுகொலைதான் நினைவிற்கு வரும். வெர்செய்ல்ஸ் உடன்படிக்கை நினைவிற்கு வரும். முதல் உலகப்போர் நினைவிற்கு வரும். இப்படியாக, அந்த ஆண்டு நடைபெற்ற உலக நிகழ்வுகள், அரசியல் முக்கியத்துவம் வாய்ந்த நிகழ்வுகள்தான் என் மனக் கண்ணில் ஒரு நொடி வந்து போகும். 13 வயதிலிருந்து, மனதில் பதிந்த ஆண்டுகளும், நினைவுகளும் இன்றுவரை தொடர்கின்றன. ஆகவே, இந்தப் பழக்கம் வளர வளர என் அரசியல் பார்வையும் விரிவடைந்தது.

77ம் ஆண்டைப் பற்றி யார் பேசினாலும், எம்ஜிஆர் முதன் முறையாக முதலமைச்சரானார் என்ற வரலாற்று நிகழ்வும், 79ம் ஆண்டு என்றால், பெரியார் நூற்றாண்டு என்பதும் தவறாமல் நினைவுக்கு வரும். இதே போல், 67ம் ஆண்டு, 89ம் ஆண்டு என்று எந்த ஆண்டைக் கூறினாலும், அந்த ஆண்டில் நடைபெற்ற அரசியல் நிகழ்வுகள் தன்னிச்சையாக ஞாபகம் வரும்.

இந்தப் பழக்கம் மட்டுமல்லாமல், சிறு வயதிலிருந்தே கொள்கை, தத்துவம், இசம் போன்ற வார்த்தைகளைக் கேட்டே வளர்ந்தவன் நான். அதற்கான சூழலை அமைத்துத் தந்தவர்கள் என் பெற்றோர். அதற்காக அவர்களுக்குத்தான் நான் நன்றி சொல்லவேண்டும்.

என் வீடு முழுவதும், நிரம்பிக் கிடந்த பெரியார், நீட்சேவும் ஹிட்லரும், வள்ளுவம் பேசியது திராவிடமா?, ஈழ அரசியல், அரசும் கம்யுனிசமும், திருத்தல் வாதமும் ஸ்டாலினியமும், காரல் மார்க்சும் ஏங்கல்சும், பௌத்தமும் கம்யுனிசமும், களப்பிரர் காலமும் பௌத்தமும், மாவோயிசமும் மண்ணுக்கேற்ப மார்க்சியமும் போன்ற பல்வேறு ஒப்பீட்டு திறனாய்வு நூல்களும் தத்துவங்களும்தான் என்னை வளர்த்தன. மிகச் சிறிய வயதில், நீட்சேவைப் பற்றிய ஒரு புத்தகத்தைப் படித்துவிட்டு, 'ஏழாம் அறிவு மனிதனுக்குச் சாத்தியமா?' என என் அப்பாவிடம் கேட்டது எனக்கு இன்றும் நினைவில் இருக்கிறது.

ஆகவே, எந்த ஒரு மனிதரையும் அவர் சார்ந்திருக்கும் தத்துவத்தைக் கொண்டு ஆய்வு செய்யும் மனநிலை சிறுவயதிலிருந்தே என்னைத் தொற்றிக்கொண்டது. தத்துவம் சார்ந்து அணுகும், ஆராயும்

மனநிலையை என் வீடே எனக்கு கற்றுத் தந்தது. ஊடகத்துறையில் இணைந்த பிறகு, தரவுகளை அதிகம் சேகரிக்கும் பழக்கம் எனக்கு ஏற்பட்டது. 2012ம் ஆண்டிலிருந்து தொடர்ச்சியாக விவாத நிகழ்ச்சிகளை நெறிப்படுத்தி வருகிறேன். அந்த அனுபவம் எனக்கு அரசியல் வரலாற்றை ஆய்வு செய்யும் வாய்ப்பையும், வரலாற்று பார்வையையும் கொடுத்தது. அந்தத் தரவுகளின் அடிப்படையில் என்னுடைய தேடுதல் வீரியமடைந்தது.

அரசியலை தத்துவம், கொள்கை என்பதோடு நிறுத்திக் கொள்ளாது, தேர்தலோடும், பொதுபுத்தி, சினிமா கவர்ச்சி போன்ற காரணிகளுடனும் இணைத்துப் பார்க்கவேண்டும் என்ற எண்ணம் ஏற்பட்டது. இந்த மனநிலைதான் எம்ஜிஆர் உருவாக்கிய அண்ணாயிசத்திலிருந்து ரஜினிகாந்தின் ஆன்மிக அரசியல்வரை என்னை ஆய்வு செய்யத் தூண்டியது.

இதுவரை மக்கள் தலைவர்களாக பரிணமித்த தலைவர்கள் அனைவரும் தத்துவ ஆசான்கள் என்றோ, கோட்பாட்டின் பிதாமகன்கள் என்றோ கூறிவிட முடியாது. தேர்தல் அரசியலில், கவர்ச்சி அரசியலுக்கு கணிசமான பங்கு உண்டு. எம்ஜிஆருக்கு முன்பே மக்கள் ஈர்ப்பு மிக்க தலைவர்கள் தமிழகத்தில் இருந்திருக்கிறார்கள். ஆனால், எம்ஜிஆருக்குப் பிறகுதான், மக்களைக் கவர்ந்திழுக்கும் ஆளுமைகள் உருவானார்கள். ஆங்கிலத்தில் 'crowd pulling leader' என்ற வார்த்தையைப் பயன்படுத்துகிறார்கள். அது எம்ஜிஆருக்கு மிகச் சரியாகப் பொருந்தும். எம்ஜிஆருக்குப் பிறகான அரசியலில், கொள்கை, கோட்பாடுகளை விட, கவர்ச்சி மிக்க ஆளுமை என்ற தன்மை மேலோங்க ஆரம்பித்தது.

மக்களிடம் மேலோங்கத் தொடங்கிய அந்த அரசியல் தன்மைதான் இன்று ரஜினிகாந்தின் ‘ஆன்மிக அரசியல்’வரை தொடர்கிறது. ‘கேபிடலிசமும் கம்யுனிசமும்’ இணைந்ததுதான் என் கொள்கை என்று எம்ஜிஆர் கூறியபோது, எம்ஜிஆர் ரசிகர்கள் யாரும் விமர்சிக்க வில்லை. இன்று, ஆன்மிக அரசியல்தான் நமது கொள்கை என்ற போதும் ரஜினி ரசிகர்கள் யாருக்கும் அதில் மாற்றுக் கருத்து இல்லை.

திராவிடம், கம்யுனிசம், தேசியம், இந்துத்துவம்,வலதுசாரி தன்மை என எந்த அரசியல் பண்புகளுடனும் தங்களை முழுமையாகவோ, அல்லது பகுதியளவிலோ புதைத்துக் கொள்ளாமல் அரசியல் நடத்தமுடியும் என்ற நம்பிக்கையை

எம்ஜிஆர் விதைத்துவிட்டார். ஆனால், கவர்ச்சி அரசியல் என்று கூறினாலும், எம்ஜிஆர் தன்னை திராவிட இயக்கத்தின் தொடர்ச்சி என்பதை பதிவு செய்துகொண்டேயிருந்தார். ஆகவே, எம்ஜிஆருக்கென்று தனித்த கொள்கைகள் வரலாற்றில் தேவைப் படவில்லை. அதைப் பற்றி 'எம்ஜிஆரின் ஆன்மிக அரசியல்', 'எம்ஜிஆரின் வழியில் ரஜினியா?', 'அண்ணாயிசமும், ஆன்மிக அரசியலும்' போன்ற தலைப்புகளில் இந்நூலில் நான் விரிவாக பதிவு செய்துள்ளேன்.

தமிழக அரசியல் வரலாற்றில் அதிசயம் நிகழ்த்திய 67ம் ஆண்டு தேர்தலில் திமுகவுடன் கூட்டணி வைத்த கட்சிகள் யார், யார் தெரியுமா? திராவிட இயக்க மரபிற்கு எதிரான கொள்கை நிலைப்பாடு கொண்ட ராஜாஜி, திமுகவின் திராவிட நாடு கோரிக்கையை பிரிவினை வாத முழக்கம் என்று விமர்சித்த சிபிஎம் கட்சி போன்றோர்தான் திமுகவுடன் இணைந்து வானவில் கூட்டணி அமைத்தனர்.

இந்தியாவின் பிற மாநிலங்களில், தேசிய பார்வைகொண்ட கட்சிகள், அல்லது இந்துத்துவ தாக்கம் பெற்ற அமைப்புகளே தாக்கம் செலுத்தி வந்தன. அந்தக் காலகட்டத்தில், மாநில உணர்வை முதன்மைப்படுத்திய ஒரு கட்சியை, இந்திய தேசியத்தை நேரடியாக கேள்விக்குட்படுத்தும் கருத்தியல் கொண்ட திராவிட முன்னேற்ற கழகத்தை அரியணை ஏற்றியிருந்தது தமிழகம்.

அந்த தமிழகத்தில்தான் அரை நூற்றாண்டு கழித்து ஆன்மிக அரசியல் என்ற திராவிட மரபிற்கு மாற்றான ஓர் அரசியல் சித்தாந்தம் விவாதப் பொருளாகியிருக்கிறது என்பதை நாம் நுட்பமாகக் கவனிக்க வேண்டும்.

'ஆன்மிக அரசியல்' என்ற பதம் வருங்காலத்தில் எத்தகைய தாக்கத்தை ஏற்படுத்தும் என்பதை புரிந்துகொள்ளவேண்டு மென்றால், தமிழக அரசியலின் கடந்த கால மரபு என்னவென்பதைத் தெரிந்துகொள்வது மிகவும் அவசியம்.

திமுகவிலிருந்து எம்ஜிஆர் பிரிந்தபோதே திராவிட இயக்க மரபு சிதைந்து விட்டது என்ற விமர்சனம் எழுந்தது. திராவிட எதிர்ப்பாளர்கள் மற்றும், தேசியப் பார்வையுடையவர்கள் எம்ஜிஆர் வளரவேண்டும் என்று விரும்பினார்கள். ஏனென்றால், பெரியார், அண்ணா, கருணாநிதி போன்ற தலைவர்களிடமிருந்து எம்ஜிஆர் சற்று வேறுபட்டவர் என்ற பார்வை அப்போது நிலவியது.

திமுகவினரும் எம்ஜிஆரை காங்கிரசின் கைப்பொம்மை, நடுவண் அரசின் ஆதரவாளர் என்ற விமர்சனங்களை முன்வைத்தனர். திராவிட இயக்கத்திலிருந்து எம்ஜிஆர் விலகி நிற்பார் என்ற விமர்சனங்களுக்கு முற்றுப்புள்ளி வைக்கும் பொறுப்பை எம்ஜிஆரே ஏற்றுக் கொண்டார். தனது கொள்கை 'அண்ணாயிசம்' என்று அறிவித்தார் எம்ஜிஆர்.

'அண்ணாயிசம்' என்று அறிவித்த எம்ஜிஆர் மூன்றுமுறை தமிழக முதலமைச்சரானார். அவர் இறப்பிற்குப் பிறகும் ஜெயலலிதா தலைமையில் நான்கு முறை அவரது கட்சி அரியணையில் ஏறியதும், ஜெயலலிதா மறைந்த பிறகும், அவர் விட்டுச் சென்ற அதிமுக ஆட்சி இன்றும் தொடர்கிறது என்பதே அதிமுகவின் வரலாறு.

அன்று எம்ஜிஆர் தோற்றுவித்த அண்ணாயிசம் விமர்சனங்களை எதிர்கொண்டதைவிட, சற்று கூடுதலான விமர்சனங்களை ரஜினிகாந்தின் ஆன்மிக அரசியல் எதிர்கொள்கிறது. அண்ணாயிசம் என்ற கோட்பாட்டில் தர்க்கம் இல்லை என்ற விமர்சனம் மட்டுமே இருந்தது. திராவிட இயக்கத்திற்கு எதிரான கருத்தியல் இல்லை என்பதை எம்ஜிஆரே தெளிவுபடுத்திவிட்டார். தற்போது ரஜினி முன்னிறுத்தும் ஆன்மிக அரசியல் திராவிடத்தின் தொடர்ச்சி கிடையாது. திராவிட அரசியலுக்கு மாற்றான கோட்பாடுதான் இந்த ஆன்மிக அரசியல் என்பது அரசியல் பார்வையாளர்களின் கருத்து.

இந்த நிலையில்தான், 'எம்ஜிஆரின் ஆட்சியை நான் கொண்டு வருவேன்' என்ற ரஜினிகாந்தின் பேச்சு நம்மைத் திறனாய்வு மன நிலைக்குத் தூண்டுகிறது. 'நான் அண்ணாவின் தொடர்ச்சிதான்' என்று சொன்ன எம்ஜிஆரின் அண்ணாயிசத்துடன், ரஜினியின் ஆன்மிக அரசியல் எப்படி ஒன்றுபடும்? அண்ணாயிசமும், ரஜினியிசமும் எந்தப் புள்ளியில் ஒன்றுபடுகிறது, எந்தெந்தப் புள்ளிகளில் வேறுபடுகிறது என்பதை வரலாற்றின் துணை கொண்டு உள்ளதை உள்ளபடியே விளக்கும் முயற்சியே இந்த நூல்.

அண்ணாயிசம் காலம் முதல் ஆன்மிக அரசியல் காலம் வரை சினிமா நடிகர்கள் தமிழக அரசியல் களத்தில் ஏற்படுத்திய தாக்கத்தையும், தமிழக அரசியல் சினிமாவில் ஏற்படுத்திய தாக்கத்தையும் விரிவாக பதிவு செய்கிற வாய்ப்பையும் இந்த நூல் எனக்கு வழங்கியிருக்கிறது.

கிட்டத்தட்ட அரை நூற்றாண்டு காலமாக தமிழகத்தில் தாக்கம் செலுத்திய எம்ஜிஆர், கலைஞர், ஜெயலலிதா, மூப்பனார் போன்ற ஆளுமைகளின் செயல்பாடுகளும், இந்த நூல் பயணிக்கிற பாதையில் பதிவு செய்யப்படுகிறது.

ரஜினிக்கு முன்பே ஆன்மிக அரசியலை பேசிய கமலஹாசனின் அரசியல் பயணத்தையும், சீமானின் தமிழர் ஆன்மிகமும், ரஜினிகாந்தின் ஆன்மிக அரசியலும் சந்திக்கும் புள்ளி எங்கே என்பதையும் திறனாய்வு செய்துள்ளேன். இந்நூலின் ஒவ்வொரு அத்தியாயமும் முந்தைய அத்தியாயத்தின் தொடர்ச்சியாக இருக்கும். அதே சமயம், தனித் தனி அத்தியாயங்களாகப் படித்தாலும் உங்களுக்கு நிறைவு தரும் வகையில் இந்நூல் வடிவமைக்கப் பட்டுள்ளது.

எம்ஜிஆரின் காலத்திலிருந்து ரஜினியின் அரசியலை கவனிக்கும் உணர்வையும், ரஜினியின் இன்றைய நிலையிலிருந்து 50 ஆண்டு காலம் பின்னோக்கிப் பயணித்து, எம்ஜிஆரின் அரசியலைப் புரிந்துகொள்ளும் அனுபவத்தையும் இந்த நூல் உங்களுக்குத் தரும் என்று நான் உறுதியாக நம்புகிறேன்.

1

எம்ஜிஆரின் ஆன்மிக அரசியல்

சினிமா, அரசியல் இந்த இரண்டின் வரலாற்றிலும் தவிர்க்க முடியாத முக்கியத்துவம் வாய்ந்த இடம் பிடித்தவர் எம்ஜிஆர். எம்ஜிஆரின் சினிமாக்களை பொழுதுபோக்கு சினிமா என்ற ஒற்றைப் புள்ளியில் கடந்துவிட முடியாது. எம்ஜிஆரின் சினிமாக்களை, 'காங்கிரஸ் எம்ஜிஆர் சினிமா', 'திமுக எம்ஜிஆர் சினிமா', 'அதிமுக எம்ஜிஆர் சினிமா' என மூன்று வகையாகப் பிரிக்கலாம். இன்று தமிழகத்தில் முதன்மையான விவாதமாக மாறியிருக்கும் வார்த்தை 'ஆன்மிக அரசியல்'. ஆன்மிகம் என்ற வார்த்தையோ, ஆன்மிகம் சார்ந்த உரையாடலோ, தமிழகத்திற்குப் புதிது கிடையாது. ஆனால், 'ஆன்மிக அரசியல்' என்ற பதமும், கருத்தியலும் தமிழக அரசியல் களத்திற்கு மிகவும் புதிது.

எம்ஜிஆர் சார்ந்திருக்கும் அரசியல் கட்சியின் தாக்கம் அவருடைய படங்களில் பிரதிபலிக்கும். அவருடைய படங்களையும், அரசியல் செயல்பாடுகளையும் வைத்தே எம்ஜிஆரின் ஆன்மிக அரசியலை நாம் புரிந்து கொள்ளமுடியும்.

திமுகவில் சேருவதற்கு முன்பு, எம்ஜிஆர் காங்கிரஸ் ஆதரவு மனநிலையில் இருந்தார். 50களுக்கு முன்பு பக்தி படங்கள்

வெளிவருவது என்பது வெகு சாதாரணமான நிகழ்வு. அந்த காலகட்டத்தில், எம்ஜிஆர் பக்தி படங்களில் நடித்திருக்கிறார்.

எம்ஜிஆரின் ஆரம்ப கால படமான 'முருகன்' திரைப்படத்தில், அவருடைய சிவதாண்டவ நடனம் எம்ஜிஆருக்கு மிகவும் பிடித்த நடனம். அப்போது, எம்ஜிஆர் ஒரு சாதாரண நடிகர் என்பதால், யாரும் அந்த நடனக் காட்சியை பெரிதாகக் கண்டு கொள்ளவே இல்லை. அந்தக் காட்சியை மீண்டும் பார்க்கவேண்டும் என்று எம்ஜிஆர் விரும்பியபோது, அவருக்கே அந்தக் காட்சி கிடைக்க வில்லை. அந்தக் காட்சி தொலைந்துவிட்டது. இறுதிவரை எம்ஜிஆரால் அந்தக் காட்சியைப் பார்க்க முடியவில்லை. அந்தக் காட்சியைப் பார்க்க விரும்பியதற்குக் காரணம் எம்ஜிஆரிடமிருந்த பக்தி கிடையாது. தன்னுடைய நடனக் காட்சியை அவர் பார்க்க விரும்பினார் என்றுதான் சொல்லவேண்டும்.

காங்கிரஸில் இருந்தவரை, கழுத்தில் ருத்ராட்ச மாலையை அணிந்தவாறு காட்சியளித்த எம்ஜிஆர்., திமுகவில் இணைந்தவுடன் ருத்ராட்ச மாலையைக் கழட்டிவிட்டார். 53க்குப் பிறகு எம்ஜிஆரை அந்த மாலையுடன் யாரும் பார்த்திருக்க முடியாது.

திமுகவில் இணைந்த பிறகு, எம்ஜிஆரின் திரைப்படங்கள் அனைத்தும் திமுகவின் கொள்கைகளைக் கடத்தும் ஊடகங்களாக மாறின. 'அண்ணாவே என் தெய்வம்' என்று தனது படங்களில் பலமுறை பதிவு செய்திருக்கிறார் எம்ஜிஆர். தனது படங்களில் அறிஞர் அண்ணாவின் புகைப்படத்தையோ, சிலையையோ காண்பதுபோல காட்சி வந்தால், உடனே பயபக்தியுடன் வணங்குவார்.

எம்ஜிஆர் காலத்தில் போட்டி நடிகராக இருந்த சிவாஜி கணேசன், விழுந்து விழுந்து சாமி கும்பிடுவது, தலை நிறைய விபூதியுடன் வருவது போன்று பல காட்சிகளில் நடித்து வந்தார். ஆனால், எம்ஜிஆர் பெரும்பாலும் கருப்புச் சட்டையுடன் எந்த மதக்குறியீடும் இல்லாத முகத்துடனே காணப்படுவார்.

அந்தக் காலத்தில் திமுகவிற்கும், 'நாத்திக கட்சி' என்ற பெயர் உண்டு. 'கடவுள் இல்லை' என்று சொல்கிற கட்சி என்று கூறியே இறை நம்பிக்கையாளர்கள் , விமர்சனம் செய்வார்கள். உண்மையில் திமுகவில் இருப்பதற்கு நாத்திகனாக இருக்க வேண்டும் என்று எந்த விதியுமில்லை.

கடவுள் நம்பிக்கையாளர்கள் பலர் அப்போது திமுகவில் இருந்தனர். இப்போதும் இருக்கிறார்கள். இருந்தாலும், பெரியாரின் தொடர்ச்சியாகவே அண்ணாவும், கருணாநிதியும் செயல்படுவதாக அரசியல் நோக்கர்கள் பார்த்தனர். பெரியாரை எதிரியாக பாவித்தவர்கள் பெரியாரைவிட்டுப் பிரிந்த அண்ணாவையும் எதிரியாகவே பாவித்தார்கள்.

'ஒன்றே குலம் ஒருவனே தேவன்' என்று அறிஞர் அண்ணா முழங்கினாலும், நாத்திக முத்திரை திமுகவிற்கு விழுந்தது. அதற்கு மிகச் சிறந்த உதாரணம் நடிகர் திலகம் சிவாஜி கணேசன். ஆம். சிவாஜி கணேசன் திமுகவின் தீவிர அபிமானியாக இருந்த காலகட்டத்தில், திருப்பதி கோயிலுக்குச் சென்று வந்தார். உடனடியாக அதற்கு கட்சியில் எதிர் வினை வந்தது.

'நாத்திக கணேசன் ஆத்திக கணேசன் ஆனதென்ன?.' 'திருப்பதி கணேசா திரும்ப போ' என்று ஒட்டப்பட்ட கண்டனச் சுவரொட்டிகள் சிவாஜி மனதைக் காயப்படுத்தின. சிவாஜி திமுகவை விட்டுப் பிரிந்து காங்கிரஸில் சேருவதற்கு திருப்பதி சம்பவம் காரணமாகிவிட்டது.

திமுகவின் தொண்டர்கள் எப்படி வேண்டுமானாலும் இருக்கலாம். அதன் தலைவர்கள் நாத்திகர்களாக இருக்கவேண்டும் என்ற எதிர்பார்ப்பு எல்லோரிடமும் இருந்தது. அதற்கு காரணம் அண்ணா, கருணாநிதி போன்ற முக்கிய தலைவர்கள் அழுத்தமான நாத்திகர் களாகவே இருந்தார்கள்.

அண்ணா, கருணாநிதி வரிசையில் எம்ஜிஆரும் திமுகவின் முக்கிய தலைவராக வளர்ந்து வந்தார். மற்றொரு நடிகரான எஸ்.எஸ்.ராஜேந்திரன் அரசியலில் மட்டுமல்ல திரைப்படங்களில்கூட பக்தி வாசம் வீசக்கூடாது என்று லட்சியத்துடன் வாழ்ந்தவர். இதனால் எம்ஜிஆரும் நாத்திகராகத்தான் இருப்பார் என்ற எதிர்பார்ப்பு இருந்தது. நாத்திகரா? ஆத்திகரா? இதில் எம்ஜிஆர் யார்? என்ற விவாதம் எம்ஜிஆர் இறந்த பிறகும்கூட நடைபெற்று வருகிறது.

எம்ஜிஆர் திமுகவில் இருந்தவரை உதயசூரியன் சின்னத்தைப் பெருமைப்படுத்துவதையும், திமுகவின் கொடியை மறை முகமாகக் காட்டுவதிலும் ஆர்வமாக இருந்தார். காதல் பாடல் களில்கூட கருப்பு சிவப்பு ஆடை அணிந்து இருப்பார் எம்ஜிஆர். படத்தில் கதாநாயகிக்கும், தாய்க்கும் கடவுள் நம்பிக்கை இருந்தால் கூட, இவர் கடவுளை வணங்குவதைப்போல் ஒரு

காட்சிகூட கிடையாது. பெற்ற தாயைத்தான் தன்னுடைய பரம்பொருளாக நினைத்து வணங்குவார். கதாநாயக பிம்பத்திற்கு அம்மா சென்டிமென்ட் என்பதை முன் நிபந்தனையாக்கியவர் எம்ஜிஆர்.

'கடவுள்தான் எல்லாம்' என்ற கோட்பாட்டிற்கு பதிலாக தாய்தான் எல்லாம் என்று எம்ஜிஆர் பதியவைத்தார். 'குடியிருந்த கோயில்,' 'அடிமைப் பெண்' என படத்தின் பெயர்களாகட்டும், பாடல்கள் ஆகட்டும் தாய் வழிபாட்டைத்தான் முதன்மைப்படுத்தினார் எம்ஜிஆர்.

புராணப் படங்கள் மக்களைக் கவர்ந்துகொண்டிருந்த அந்தக் காலகட்டத்தில், பட்டுக்கோட்டையாரின் வார்த்தைகளில், 'பேய் பிசாசு நம்பிக்கை கூடாது' என்று எம்ஜிஆர் பாடிய பாடல் பகுத்தறிவு பேசுபவர்களின் ஆத்திச்சூடியாக மாறிப்போனது. 'சின்னப் பயலே சின்னப் பயலே சேதி கேளடா' என்ற பாடலை அடுத்த சந்ததிக்கான செய்தியாக திராவிட இயக்கத்தினர் கொண்டாடி மகிழ்ந்தனர்.

இந்தக் காலத்தில் இப்படி பிறக்க வேண்டியது நமது தலைவிதி. அடுத்த ஜென்மத்தில் இதற்கு விடிவு கிடைக்கும். பொறுத்துக் கொண்டிருப்போம் என்ற நம்பிக்கைகளையெல்லாம் உடைத்தெறிந்து ஏன்? எதற்கு? என கேள்விகளை கேட்கச் சொன்னது எம்ஜிஆரின் பாடல்கள்.

மக்கள் படும் துயரங்களுக்கெல்லாம் தீர்வு கோயில் அல்ல. தற்போது இருக்கிற பண்ணையார்களின் ஆட்சி முடிவுக்கு வரவேண்டும். இதற்கு மாற்றாக பாட்டாளிகளின் ஆட்சி வரவேண்டும். ஆகவே, இங்கு பிரார்த்தனை அவசியம் அல்ல. திமுக ஆட்சிக்கு வரவேண்டும் என்பதே எம்ஜிஆர் பாடல்களின் மறைமுகக் கருத்தாக இருந்தது.

எம்ஜிஆர் திமுகவில் செயல்பட்டுக்கொண்டிருந்த கால கட்டத்தில், அவர் பஜனை செய்வது போன்ற காட்சியில் நடித்திருக்கிறார். அதுவும் திமுக கம்பெனியான மேகலா பிக்சர்ஸ் தயாரிப்பில் வெளிவந்த 'எங்கள் தங்கம்' படத்திலேயே எம்ஜிஆர் பக்திமானாக நடித்திருக்கிறார். ஒரு பாடல் காட்சிக்காக அந்த சாமியார் வேடம் தரித்திருப்பார் எம்ஜிஆர். ஆனால், அந்த சாமியார் வேடத்தில் அறிவியல் கருத்துக்களையும் அறிஞர் அண்ணாவின் ஆட்சிப் பெருமைகளையும் வரிசையாக அடுக்கி பாட்டு பாடுவார்.

எம்ஜிஆர் சாமியார் வேடமணிந்தது பக்தியைப் பரப்ப அல்ல. பகுத்தறிவு பரப்புரை செய்யத்தான் என்பது அந்த கதா காலட்சேப பாடலைப் பார்த்தவர்களுக்குத் தெரியும்.

எம்ஜிஆரின் அந்த 'கதாகாலட்சேபம்' மக்களிடம் பெரிய அளவில் வரவேற்பைப் பெற்றது. அந்தக் கதாகாலட்சேப காட்சியில், அமெரிக்காக் காரன் நிலாவிற்கு மனிதனை அனுப்பிய அறிவியல் நிகழ்வையும், நமது நாட்டில் மூடநம்பிக்கையுடன் இருக்கிறோம் என்பதையும் ஒரு சேர இணைத்து நையாண்டி செய்திருப்பார் எம்ஜிஆர்.

'எங்கள் தங்கம்' படத்தில், 'தான் எம்ஜிஆர் கதாகாலட்சேபம்' என்ற பெயரில் பகுத்தறிவு பிரசாரம் செய்தார் என்று திராவிட இயக்கத்தவர்கள் பெருமைப்பட்டுக் கொள்ளலாம். ஆனால், அதற்கு முன்பே எம்ஜிஆர் முருகன் வேடமணிந்து தனது ரசிகர்களுக்கு அருள் பாலிக்கும் சம்பவத்தையும் அரங்கேற்றி இருக்கிறார். ஆம். திமுகவில் இருக்கும்பொழுதே எம்ஜிஆர் முருகன் வேடம் தரித்திருக்கிறார்.

தேவர் பிலிம்ஸின் தயாரிப்பில் வெளிவந்த 'தனிப்பிறவி' படத்தில்தான் அந்த பக்திமயமான காட்சி வரும். தனது தலைவர் அண்ணாவிடம் எப்படி மானசீகமான அன்பு வைத்திருந்தாரோ, அதேபோல் சாண்டோ சின்னப்பத் தேவரிடம் நெருக்கமான நட்பு பாராட்டினார் எம்ஜிஆர்.

தேவர் தீவிரமான முருக பக்தர். அவருடைய அன்பிற்கிணங்க, 'தனிப்பிறவி' படத்தில் ஒரு பாடல் காட்சியில் எம்ஜிஆர் முருகனாகத் தோன்றுவார்.

கருப்புச் சட்டை, திருநீறு அணியாத நெற்றி எனப் பார்த்துப் பழகிய மக்களுக்கு, 'வாத்தியாரை' முருகனாகப் பார்த்தபோது, அது ஒரு தனி அனுபவத்தைத் தந்தது. ஆனால், அந்தப் பாடல்கூட ஜெயலலிதாதான் கனவு காண்பார். அந்தக் கனவு காட்சியில்தான் எம்ஜிஆர் முருகனாகத் தோன்றுவார். அந்தக் காட்சியில் இடது கையில் எம்ஜிஆர் அருள் வழங்குவதாக ஆத்திகர்கள் மனம் வருந்தினர். ஆனால், அது திட்டமிட்டு நடந்த நிகழ்வு கிடையாது. எம்ஜிஆர் ரசிகர்களுக்கு இது எல்லாம் பொருட்டே அல்ல, முருகன் வேடத்தில் எம்ஜிஆரை தரிசனம் செய்ததில் அவர்களுக்கு இரட்டிப்பு மகிழ்ச்சி.

'தனிப்பிறவி' படத்தில் முருகன் வேடத்தில் நடித்ததை ரசிகர்கள் யாரும் எதிர்மறையாகப் பார்க்கவில்லை. கட்சிக்குள் சிறிய

அளவில் விமர்சனமாகப் பார்க்கப்பட்டாலும், பெரிய செய்தியாக யாரும் இதைக் கருதவில்லை. பிற்காலத்தில் கருணாநிதியுடன் பிணக்கு ஏற்பட்டு அதிமுகவை தொடங்கினாலும், எம்ஜிஆரின் படங்களில் கடவுள் விஷயத்தில் எந்த மாற்றமும் ஏற்படவில்லை.

திமுகவிலிருந்தவரை, அண்ணாவையும், உதயசூரியனையும் முன்னிறுத் தியவர் எம்ஜிஆர். அதிமுகவை தொடங்கியவுடன் அண்ணாவை மட்டுமே முன்னிறுத்தினார். இன்னும் சொல்லப் போனால் அண்ணாவை கடவுளாகவே மக்களிடம் காண்பித்தார்.

'நேற்று இன்று நாளை' படத்தில் குப்பத்துப் பெண்ணாக இருக்கும் மஞ்சுளா தனது வீட்டில் கடவுள் படம் இல்லை. அதற்குப் பதிலாக, அறிஞர் அண்ணா படமிருக்கிறது என்று சொல்வார். எம்ஜிஆர் அதை மனதாரப் பாராட்டுவார். இதுபோன்ற காட்சிகளின் மூலம் அண்ணாவை தனது ரசிகர்கள் மத்தியில் கடவுளாகவே பதியச் செய்தார் எம்ஜிஆர்.

இதேபோன்று, 'நினைத்ததை முடிப்பவன் 'திரைப்படத்தில் தங்கைக்காக அண்ணன் பாடும் பாடல் ஒன்று இருக்கிறது. 'பூ மழை தூவி வசந்தங்கள் வாழ்த்த' என்று தொடங்கும் அந்தப் பாடல் இன்றளவும் கிராமத்துத் தெருக்களில் ஒலித்துக் கொண்டிருப்பதை நாம் கேட்கலாம். அந்தப் பாடலிலும் 'அண்ணா' என்று பொருள்படும் வகையில், அண்ணன் என்ற பதத்தைப் பயன்படுத்தி அண்ணாவை நினைவுபடுத்துவார் எம்ஜிஆர்.

இவ்வாறு அண்ணாவை உயர்த்திப் பிடிப்பதே அவரது வழிபாட்டு முறையாக இருந்தது. அதிமுகவை தொடங்கியபிறகு, வெளிவந்த படம் 'நீதிக்குத் தலைவணங்கு'. இந்தப் படத்தில், கோயில் பூசாரியாக வரும் தேங்காய் சீனிவாசன் பெண் பத்தராகவும், மக்களை ஏமாற்றும் நயவஞ்சகராகவும் வருவார். அவரை கிண்டல் செய்து பகுத்தறிவு பிரச்சாரப் பாடல் ஒன்றை எம்ஜிஆர் பாடுவார். திமுகவில் இருந்து பிரிந்தாலும் நான் திராவிட இயக்கத்தின் தொடர்ச்சிதான் என்று கூறுவதுபோல் அந்தப் பாடல் இருக்கும். 'நான் பார்த்தா பைத்தியக்காரன்' எனத் தொடங்கும் அந்தப் பாடல் மக்கள் மத்தியில் பிரசித்திப் பெற்ற பாடல்.

திமுகவில் இருக்கும்பொழுது 'தனிப்பிறவி' படத்தில் முருகன் வேடமிட்டு நடித்ததுபோல், அதிமுக தொடங்கிய பிறகு நடித்த 'உழைக்கும் கரங்கள்' என்ற படத்தில், சிவ தாண்டவம் ஆடும்

காட்சியில் எம்ஜிஆர் நடித்தார். அந்தக் காட்சி எந்தவிதத்திலும் சர்ச்சையாகவில்லை. ஏனென்றால், அதிமுகவிற்கு 'நாத்திக கட்சி' என்ற அடையாளம் இல்லை. ஆகையால், இதை வெறும் திரைப்படக்காட்சியாக மட்டுமே பார்த்துவிட்டு பார்வையாளர்கள் நகர்ந்தார்கள்.

திரைப்படங்களில் எம்ஜிஆர், நாத்திகராக பிரச்சாரம் செய்ய வில்லை என்றாலும், ஒருபோதும் பக்தராக காட்டிக்கொள்ள வில்லை. அரசியல்வாதி எம்ஜிஆரும் அப்படித்தான். நாத்திகரா? ஆத்திகரா? என்ற கேள்விக்கு மய்யத்திலேயே நிற்பார்.

முதலமைச்சராக இருந்த எம்ஜிஆர்தான் பெரியார் நூற்றாண்டு விழாவை, மாவட்டம் தோறும் நடத்தி சிறப்பித்தார். மாவட்டம் தோறும் பெரியார் நூற்றாண்டு விழா வளைவுகளை அமைத்தார். பெரியார் பிறந்த ஈரோடு மாவட்டத்திற்கு, 'பெரியார் மாவட்டம்' எனப் பெயரிட்டார். அப்போது, சமூக நலத்துறை அமைச்சராக இருந்த சுப்புலட்சுமி ஜெகதீசன் உள்ளிட்டோரைக் கொண்டு பெரியார் நூற்றாண்டு விழாவை மிகச்சிறப்பாக நடத்தினார். பெரியார் நினைவு வளைவுகளில் பெரியார் பொன்மொழிகளைப் பதித்தார்.

'பெரியார் பொன் மொழிகள்' நூலுக்கு இருந்த தடையை எம்ஜிஆர் அகற்றினார். பெரியாரின் எழுத்து சீர்திருத்தத்தை சட்டமாக்கினார். தெருவில் இருந்த சாதிப்பெயர்களை நீக்கினார் என்று பெரியாரியர்கள் கொண்டாடுவதற்கு எம்ஜிஆரிடம் எவ்வளவோ செய்திகள் இருக்கிறது. ஆனால், அதே எம்ஜிஆருக்கு மூகாம்பிகை கோயிலுக்குச் செல்லும் வழக்கம் இருந்தது. ஆக, எம்ஜிஆரை 'நாத்திகர்' என்று எப்படிச் சொல்ல முடியும்? என்ற கேள்வியும் எழுகிறது.

எம்ஜிஆரின் ஆன்மிக அரசியலைப் புரிந்துகொள்ள வேண்டுமென்றால் கிருபானந்தவாரியார் சம்பவம் ஒன்றைச் சொல்லவேண்டும். கிருபானந்த வாரியார் நாடறிந்த கடவுள் பற்றாளர். பெரியார், அண்ணா போன்றோரின் இறைமறுப்புக் கொள்கைகளை தீவிரமாக எதிர்ப்பவர். அத்தகைய கிருபானந்தவாரியாரிடம், எம்ஜிஆர் மிகுந்த மதிப்பு வைத்திருந்தார். கிருபானந்தவாரியாரும் எம்ஜிஆர் மீது அன்பு வைத்திருந்தார்.

முதலமைச்சராக இருந்த அண்ணாவின் உடல் நலம் பாதிக்கப் பட்டது. அமெரிக்காவிற்கு சிகிச்சைக்குச் சென்றும் பலனளிக் காமல் அண்ணாவின் உயிர் பிரிந்தது. அந்த சமயம், திமுக

தொண்டர்கள் கலங்கி நின்றனர். அந்த நேரத்தில், கிருபானந்த வாரியார், 'கடவுள் நம்பிக்கை இல்லாதவர்கள் அமெரிக்காவிற்கே சென்று சிகிச்சை பார்த்தாலும் அவர்களைக் காப்பாற்ற முடியாது' என்று பேசினார்.

திமுக தொண்டர்கள் கொதிப்படைந்தனர். கிருபானந்தவாரியார் உரை நிகழ்த்தும் இடங்களிலெல்லாம் திமுக தொண்டர்கள் எதிர்ப்புத் தெரிவித்தனர். அப்போது எம்ஜிஆர், கிருபானந்த வாரியாரை சந்தித்து சமாதானம் செய்தார். பிறகு, எம்ஜிஆருக்கு, 'பொன்மனச் செம்மல்' என்ற பட்டத்தையும் வாரியார் வழங்கிச் சிறப்பித்தார்.

இறை நம்பிக்கையாளரான கிருபானந்த வாரியாருக்கு அண்ணாமீதும் கருணாநிதிமீதும் இருக்கிற கோபம் அதே கட்சியைச் சேர்ந்த எம்ஜிஆர் மீது ஏன் வரவில்லை? அங்குதான் இருக்கிறது எம்ஜிஆரின் ஆன்மிக அரசியலின் முடிச்சு.

எம்ஜிஆரின் நூற்றாண்டு விழாவை முன்னிட்டு, முக்கியமான விவாதம் நடைபெற்றது. 'எம்ஜிஆர் திராவிட இயக்க சிந்தனையிலிருந்து மாறுபட்டவர். ஆகையால், அவரை திராவிட இயக்கத்தினர் அவரை உரிமை கொண்டாடக்கூடாது' என்று இந்து முன்னணி தலைவர் ராம.கோபாலன் கூறினர். மேலும், மண்டைக் காடு கலவரம், மீனாட்சிபுரம் மதமாற்றம் போன்ற நிகழ்வுகளில் எம்ஜிஆர் இந்துக்களுக்கு சாதகமாக நடந்துகொண்டார் என்றும் ராமகோபாலன் எம்ஜிஆருக்கு புகழாரம் சூட்டினார்.

ஆனால், திராவிட இயக்க ஆய்வாளர்கள் எம்ஜிஆரை இந்து மத ஆர்வலராகப் பார்க்கவில்லை. திராவிட இயக்கத்தின் தொடர்ச்சி யாகவே கருதுகின்றனர்.

1979ம் ஆண்டு சென்னை ஸ்டான்லி மருத்துவமனையில், சிறப்பு விருந்தினராகக் கலந்துகொண்ட எம்ஜிஆர், 'மருந்துகளால் குணமாக்க முடியாத நோய்களை, அய்யப்பன் திருநீறு குணமாக்கும் என்றால் மருத்துவர்கள் எதற்கு? நாடு முழுவதும் விபூதி விற்பனையாளர்களை நியமிக்க வேண்டியதுதானே?' என்று நாத்திகர் பாணியில் பேசினார். எம்ஜிஆரின் இந்த பேச்சிற்கு, துக்ளக் இதழில் சோ கடுமையான கண்டனத்தை பதிவு செய்தார் என்பது வரலாறு.

எம்ஜிஆர் முதலமைச்சராவதற்கு முன்பு, 76ம் ஆண்டு 'ஆஸ்திக சமாஜத்'திற்கு எம்ஜிஆரை பேச அழைத்திருக்கிறார்கள்.

அப்போது, 'ஆஸ்திக சமாஜத்தில் பேசுவதற்கு நாத்திகரான எம்ஜிஆரை ஏன் அழைத்தீர்கள்?' என்று கேள்வி கேட்கப்பட்டது.

அந்த ஆஸ்திக சமாஜத்தில் கலந்துகொண்டு பேசிய எம்ஜிஆர், 'நாத்திகம் பரவப் பரவத்தான் ஆத்திகம் பரவும் என்று பேசுகிறீர்கள். அப்படியென்றால், பெரியாரை ஏன் எதிர்க்கிறீர்கள்? நீங்கள் அவரை ஆதரிக்கத்தானே வேண்டும்.' என்று கேள்வி கேட்டார். எம்ஜிஆர் தனிக் கட்சி தொடங்கிய பிறகும் கூட, அவரிடம் திராவிட இயக்க நெடி வீசியது என்பதற்கு இது போன்ற சம்பவங்களை உதாரணமாகச் சொல்லலாம்.

மதமாற்றத்திற்காக அரபு நாட்டிலிருந்து பணம் வருகிறது என்று இந்துத்துவ அமைப்புகள் பேசுவது போன்று, எம்ஜிஆர் ஒருமுறை பேசியது உண்மை. அப்போது நெடுஞ்செழியன், அந்தக் கருத்தை மறுத்து அது உண்மையல்ல என்று எடுத்துரைத்தபோது, எம்ஜிஆர் அந்தக் கருத்தை ஏற்றுக் கொண்டார்.

மேலும்,மக்கள் தொகை கணக்கெடுப்பில் மதம் என்ற இடத்தில் அவர் எந்த மதத்தின் பெயரையும் போட விரும்பவில்லை. நான் திராவிட மதத்தைச் சேர்ந்தவன் என்று பெருமையாக அறிவித்துக் கொண்டார். அப்படிப்பட்ட எம்ஜிஆரை குறிப்பிட்ட மத நம்பிக்கையாளர் என்று சுருக்கிவிடமுடியுமா? என்ற கேள்வி எழுகிறது.

பெரியாருடன் முரண்பட்டு திமுக என்ற கட்சியைத் தொடங்கிய அந்த காலகட்டத்தில்கூட, திமுகவைச் சேர்ந்த எம்ஜிஆர் பெரியார் நடத்திய விழாவில் கலந்துகொண்டார். ஆகவே, எம்ஜிஆர் திராவிட இயக்கத்தின் தொடர்ச்சியே! எம்ஜிஆர் தன்னை திராவிடன் என்ற இனத்திற்குள்தான் பொருத்திப் பார்த்தோரேயொழிய, கடவுள், மதம், சாதி போன்ற அடையாளங்களுக்குள் சிக்கிக்கொள்ள விரும்பவில்லை என்பது திராவிட இயக்கத் திறனாய்வாளர்களின் கருத்தாக இருக்கிறது.

அறிஞர் அண்ணாவின் மாணவன், திராவிட இயக்கத்தின் தொடர்ச்சி, என்ற கோணத்தில் ஆராய்ந்தாலும் சரி, மூகாம்பிகை பக்தர், காங்கிரஸ் பாரம்பரியம் என்று ஆராய்ந்தாலும் சரி, எம்ஜிஆர் ஆன்மிகத்தில் நம்பிக்கை உடையவரா? இல்லாதவரா? என்பதை சரியாகக் கணிக்க முடியாது. ஆனால், எம்ஜிஆரின் தொடர்ச்சியாக அதிமுகவின் தலைவர்களாக உருவெடுத்த ஜெயலலிதா, சசிகலா, தினகரன், எடப்பாடி பழனிச்சாமி,

ஓ.பன்னீர் செல்வம் போன்றோர்கள் அனைவரும் அப்பட்டமான ஆத்திகர்கள் என்பதில் எந்தவித சந்தேகமுமில்லை. அந்தவிதத்தில் எம்ஜிஆருக்கும் ஆன்மிக அரசியலுக்கும் நேரடி தொடர்பு இல்லையென்றாலும், திராவிட இயக்கத்தில் ஆன்மிகப் புள்ளி தோன்றுவதற்கு, எம்ஜிஆர் மறைமுகமாகக் காரணமாக அமைந்து விட்டார் என்று சொன்னால் மறுப்பதற்கில்லை.

2

எம்ஜிஆர் பாதையில் செல்கிறாரா ரஜினி?

'எம்ஜிஆர் ஆட்சியை நான் கொடுக்கப்போவது உறுதி' என நடிகர் ரஜினிகாந்த் பேசிய தருணத்தில், ரஜினிகாந்த் அரசியலுக்கு வருவது உறுதியாகிவிட்டது என அவரது ரசிகர்கள் உற்சாகம் கொண்டனர். எம்ஜிஆர்தான் ரஜினிகாந்திற்கு அரசியல் வருகைக்கு முன்மாதிரியாக இருக்கிறார். சினிமா செல்வாக்குப் பெற்ற ஒரு நபர் தமிழகத்தை ஆளமுடியும் என்ற நம்பிக்கை விதையை ரஜினிகாந்த் மனதில் விதைத்தவர் எம்ஜிஆர்.

எம்ஜிஆர் அரசியலில் சாதித்ததும், ரஜினி என்ற நடிகர் அரசியலில் நுழைவதும் ஒரே மாதிரியான நிகழ்வா? எம்ஜிஆர் காலத்திய அரசியல் சூழலும், இன்று ரஜினிகாந்த் சந்திக்கும் அரசியல் சூழலும் ஒன்றா? போன்ற கேள்விகள் எழலாம். இதுபோன்ற கேள்விகளுக்கு ஒற்றை வரியில் பதில் தேடுவதைவிட, எம்ஜிஆர், ரஜினி இருவரின் சினிமா, மற்றும் அரசியல் பயணத்தை ஒப்பிட்டு ஆய்வு செய்தால் முழுமையான புரிதல் கிடைக்கும்.

'எம்ஜிஆர் ஆட்சியே எனது இலக்கு' என ரஜினிகாந்த் கூறியிருப்பதால், எம்ஜிஆர் கடந்து வந்த அரசியல் பாதையையும், ரஜினிகாந்த் கடந்து வந்த பாதையையும் ஆய்வு செய்யவேண்டிய தேவையை ரஜினிகாந்த் உருவாக்கியுள்ளார்.

34 ஆண்டு காலமாக தமிழக சினிமாவிலும், அரசியல் வரலாற்றிலும், மன்னாதி மன்னனாக இருந்தவர் எம்ஜிஆர். அவருக்குப் பிறகு, தமிழ் திரையிலிருந்து பலர் அரசியல் களத்திற்கு வந்திருக்கிறார்கள். ஆனால் எம்ஜிஆர் அளவிற்கு சினிமா, அரசியல் என இரண்டு தளங்களிலும் உயரம் தொட்டவர் எவரும் கிடையாது.

50களின் தொடக்கத்தில், எம்.ஜி.ராமச்சந்திரன் என்று சாதாரணமாக டைட்டிலில் போட்டுக்கொண்டிருந்த அவருக்கு கருணாநிதியால் 'புரட்சி நடிகர்' பட்டம் வழங்கப்பட்டது. பின்னர், அதிமுக தொடங்கியபோது, 'புரட்சித் தலைவர்' என்ற அடையாளம் கிடைத்தது. இப்படியாக, தமிழ் சினிமாவில் எம்ஜிஆர் அடைந்த உயரம் மிகப்பெரிது. அதே உயரத்தை, உச்சத்தை அரசியலிலும் எம்ஜிஆர் அடைந்தார் என்பதே வரலாறு கூறும் உண்மை.

44 ஆண்டு கால சினிமா வாழ்க்கையில் 40 ஆண்டுகளாகத் தொடர்ந்து சூப்பர் ஸ்டார் பட்டத்தைத் தக்க வைத்துக் கொண்டிருக்கும் ஒரே கலைஞன் ரஜினிகாந்த் மட்டுமே. ரஜினிகாந்த் அளவிற்கு, அதிக ஆண்டுகள் சினிமாவில் உச்சக்கட்ட நிலையில் இருந்தவர்கள் யாரும் கிடையாது.

தமிழர்களின் வாழ்வில் எப்போதும் பேசு பொருளாகவே எம்ஜிஆரும், ரஜினியும் இருந்துள்ளனர். தற்போதுவரை இவர்கள் இருவரையும் தவிர்த்துவிட்டு, தமிழ் சினிமா வரலாற்றையும் எழுத முடியாது, தமிழக அரசியலையும் புரிந்துகொள்ள முடியாது. வாருங்கள் எம்ஜிஆரின் காலகட்டத்திலிருந்து ரஜினியையும், ரஜினியின் சூழலிலிருந்து எம்ஜிஆரின் திரைப் பார்வையையும் காணும் புது விதமான அனுபவத்திற்குள் பயணிக்கலாம்!

எம்ஜிஆர் 40 வயதிற்குப் பிறகுதான், மக்கள் செல்வாக்குப் பெற்ற நடிகராக வலம்வந்தார் என்று பல வரலாற்றாசிரியர்கள் பேசியும் எழுதியும் வருவதை நாம் பார்த்திருப்போம். எம்ஜிஆருக்கு ஏற்பட்ட இந்த அனுபவத்தை மேற்கோள்காட்டி, 40 வயதிற்குப் பிறகுதான் என் வாழ்க்கையிலும் மாற்றம் வரும் என்று சிலர் கூறுவதைக் கேட்டிருக்கலாம். ஆனால், அவர்கள் ஒரு செய்தியை தெளிவாகத் தெரிந்துகொள்ளவேண்டும். எம்ஜிஆர் தனது குழந்தைப் பருவத்திலிருந்து துன்பத்தை மட்டுமே அனுபவித்தவர்.

வறுமையின் கோரப்பிடியிலிருக்கும்போதுதான் நாடகத்துறைக்கு வந்தார். கிட்டத்தட்ட கால் நூற்றாண்டு காலம் திரைத்துறையில்,

சாதாரண காவலர் வேடம், போர் வீரன் வேடம் போன்ற சிறு சிறு வேடங்களில் நடித்து போராடித்தான் உச்ச நட்சத்திரம் என்ற இடத்தை அடைந்தார் எம்ஜிஆர்.

40 வயதில் அவர் பெற்றது புகழின் உச்சம் என்றால், 12 வயதிலிருந்து அவர் எதிர்கொண்ட இன்னல்கள் வேதனையின் உச்சம். வறுமையின் கொடுமையை அனுபவித்த எம்ஜிஆர்தான் 40 வயதிற்குப் பிறகு, வெற்றியின் சிகரத்தை அடைந்தார் என்பதை இன்றைய தலைமுறை தெரிந்துகொள்ளவேண்டும். 'மந்திரி குமாரி', 'மருதநாட்டு இளவரசி' போன்ற வெற்றிப் படங்களில் எம்ஜிஆர் நடித்திருந்தாலும், அந்தப் படங்கள் எல்லாம் எம்ஜிஆர் படம் என்று கொண்டாடப்படவில்லை. கருணாநிதியின் வசனம் நன்றாக இருந்தது, பாடல்கள் அருமை, கதாநாயகியின் நடிப்பு என பல்வேறு காரணங்களைச் சொல்லித்தான் அந்தப் படங்களைக் கொண்டாடினர். 'மலைக்கள்ளனு'க்குப் பிறகுதான், எம்ஜிஆர் என்னும் சாகச கதாநாயகன் மக்கள் மனதில் குடிபுகுந்தார்.

'சிவாஜிராவ்' என்னும் இயற்பெயர் கொண்ட ரஜினிகாந்த் தனது தொடக்க காலகட்டங்களில், தான் ஒரு பெரிய சூப்பர் ஸ்டாராக வருவோம் என்று நினைத்துக்கூடப் பார்த்ததில்லை. ஏனென்றால், கமல் என்ற பாரம்பரியமான நடிகர் களத்தில் இருந்தார். சிவாஜி என்னும் இமாலய நடிகர் அப்போதும் நடித்துக் கொண்டிருந்தார். சிவக்குமார் போன்ற சாமுத்ரிகா முக லட்சணத்திற்குப் பெயர் போன நடிகர்கள் களத்தில் இருந்த காலகட்டம் அது. இந்தத் தருணத்தில்தான், காவிரி தேசத்திலிருந்து கனவுகளுடன் தமிழகத்திற்கு வந்திருந்தார் ரஜினி என்னும் இளைஞன்.

சூப்பர் ஸ்டார், ஆக்ஷன் ஹீரோ போன்ற பட்டங்கள் பெறுவதற்கு முன்பு அவர் நடித்த படங்கள் அனைத்தும் கிளாசிக் ரகத்தைச் சேர்ந்தவை. 'ஆறிலிருந்து அறுபது வரை', 'புவனா ஒரு கேள்விக்குறி', 'முள்ளும் மலரும்', 'ஆடு புலி ஆட்டம்', 'மூன்று முடிச்சு' என கதாநாயகத் தன்மை இல்லாத படங்களில் ரஜினி வெளிப்படுத்திய நடிப்பை திரை ஆய்வாளர்கள் இன்றும் வியப்புடன் பாராட்டுகின்றனர்.

குடும்பச் சுமையைத் தாங்கி நிற்கும் குடும்பத்தலைவன், நேர்மையான, எளிமையான தொழிலாளி, நண்பனுக்காக வாழ்வையே விட்டுத் தரும் தியாகி என கோபம், விரக்தி, பாசம், காதல் என நவரசங்களையும் கலந்து ரஜினி நடித்த படங்கள்தான் ரஜினியின் பெருமை மிகு அடையாளங்கள்.

எம்ஜிஆருக்குக் கருணாநிதியுடன் ஏற்பட்ட தொடர்பு திமுகவில் இணையச் செய்தது. திமுகவில் இணைந்தபிறகு, தனது திரைப் படங்களை திமுக பிரச்சாரத்திற்கான களமாக மாற்றிக் கொண்டார் எம்ஜிஆர். பண்ணையார் எதிர்ப்பு என்ற பெயரில் அன்றைய காங்கிரஸ் அரசை விமர்சித்தார். திமுகவின் சின்னமான உதயசூரியனை, பாடல்களிலோ, படங்களிலோ இடம் பெறுமாறு பார்த்துக் கொண்டார். தனது கதாபாத்திரத்திற்கே 'உதயசூரியன்' என்று பெயர் வைத்துக் கொள்ளுமளவிற்கு அவரின் திமுக பாசம் திரையில் வெளிப்பட்டது.

'அன்பே வா' திரைப்படத்தில், புதிய வானம், புதிய பூமி என்ற பாடலைக் கேட்காதவர்களே இல்லை எனலாம். அந்தப் பாடலில், 'உதய சூரியனின் பார்வையிலேயே' என்று ஒரு வரி வரும். அப்போதைய காங்கிரஸ் அரசு, 'உதய சூரியன்' என்ற வார்த்தைக்கு தடைபோட்டு விட்டது. ஆகவே, உதயசூரியன் என்ற வார்த்தை 'புதிய சூரியன்' என்று மாற்றப்பட்டது. ஆனால், வானொலிகளில் 'உதய சூரியன்' என்றே பாடப்பட்டது. அந்த அளவிற்கு அரசின் தடைகளையும் தாண்டி உதய சூரியனை மக்களிடம் கொண்டு சேர்க்க முயற்சித்தார் எம்ஜிஆர்.

80களுக்குப் பிறகு, ரஜினிகாந்த் என்ற கிளாசிக் நடிகனை விட, 'சூப்பர் ஸ்டார்' என்ற மாஸ் நடிகரையே தயாரிப்பாளர்கள் விரும்பினர். ரஜினி என்றால் மினிமம் கியாரண்டி என்பது உறுதியானது. ரஜினிகாந்த் நடித்த பல படங்கள் சூப்பர் ஹிட் என்பது சர்வ சாதாரணமாகி விட்டது.

ரஜினி சூப்பர் ஸ்டாராக வளர்ந்த காலகட்டம் எம்ஜிஆர் முதலமைச்சராக இருந்தார். அந்த காலகட்டத்தில் எம்ஜிஆர் ஆட்சியின் தாக்கங்கள் ரஜினிகாந்த் படங்களிலும் எதிரொலித்தது.

எம்ஜிஆர் ஆட்சியில் கள்ளச் சாராய சாவுகள் அதிகமாக இருக்கிறது என்ற விமர்சனங்களை எதிர்க்கட்சிகள் அப்போது முன் வைத்தன. அந்த சமயத்தில் வெளிவந்த 'மூன்று முகம்' திரைப்படத்தில், கள்ளச் சாராய சாம்ராஜ்யத்தை ஒழிக்கும் அலெக்ஸ் பாண்டியனாக நடித்தார் ரஜினிகாந்த். 'தனிக்காட்டு ராஜா' படத்தில் எம்ஜிஆர் ஆட்சியில், மதுக்கடைகள் திறந்து விடப்பட்டிருந்ததை சுட்டிக் காட்டும் விதமாக, ஒரு பாடல் பாடியிருப்பார் ரஜினிகாந்த். 'நான்தான்டா இப்ப தேவதாஸ்' எனத் தொடங்கும் அந்தப் பாடல் அன்றைய இளைஞர்களை வெகுவாக ஈர்த்தது.

இது போன்ற குறியீடுகளை வைத்து, ரஜினிகாந்த், எம்ஜிஆர் ஆட்சியை விமர்சித்தார் என்று எடுத்துக்கொள்ள முடியாது. ஏனென்றால், ரஜினிக்கு அப்போது அரசியல் ஆசையும் இல்லை. அழுத்தமும் இல்லை. நன்றாகக் கவனியுங்கள் அப்போது ரஜினிக்கு அரசியல் ஆசை துளியும் இல்லை!

எம்ஜிஆர் படங்கள் திமுக தொண்டர்களால் வெற்றிப் பெற்றதா? திமுக என்ற கட்சி எம்ஜிஆர் ரசிகர்களால் வளர்ந்ததா? என்ற கேள்வி வரலாறு நெடுகிலும் தொடர்கிறது. திமுகவின் வளர்ச்சி, எம்ஜிஆரின் வளர்ச்சி இரண்டும் ஒன்றுக்கொன்று நேர்விகிதத் தொடர்புடையது. அதற்குச் சான்றாக ஒரு வரலாற்றுச் சம்பவத்தைச் சொல்லலாம்.

'காமராஜர் என் தலைவர்' என்று திமுகவிலிருந்த எம்ஜிஆர் பேசியது திமுக தொண்டர்கள் மத்தியில் அதிருப்தி அலையை ஏற்படுத்தியது. எம்ஜிஆர்மீது திமுக தொண்டர்கள் கோபமாக இருந்தனர்.

அந்தச் சமயத்தில்தான் 'என் கடமை' திரைப்படம் வெளிவந்தது. படத்திற்கு சரியான ஓபனிங் கிடைக்கவில்லை. அப்போதுதான், திமுகவின் வளர்ச்சியில், தனது பங்கு இருப்பதுபோல், தனது வளர்ச்சியில் திமுகவின் பங்கும் கணிசமாக இருக்கிறது என்பதை எம்ஜிஆர் உணர்ந்தார். அதனைத் தொடர்ந்து, 'தெய்வத்தாய்' படத்தில் அண்ணாமீதும் திமுகமீதும் தனக்கிருக்கும் அன்பை வெளிப்படுத்தி ஒரு பாடலை அமைத்தார் எம்ஜிஆர். அந்தப் பாடல் வரியில், 'அண்ணா என்ற மூன்றெழுத்தையும், திமுக என்ற மூன்றெழுத்தையும் சிறப்பிக்கும்வகையில் 'மூன்றெழுத்தில் என் மூச்சிருக்கும்' என்று பாட்டுப் பாடி, அண்ணா மீது தனக்கு இருக்கும் விசுவாசத்தை வெளிக்காட்டினார் எம்ஜிஆர்.

எம்ஜிஆர் ஆட்சி நடைபெற்றுக்கொண்டிருக்கும்போது, ரஜினி தனது அரசியல் ஆசையை வெளிப்படுத்தி எந்தத் திரைப் படங்களிலும் நடிக்கவில்லை. ஆனால், எம்ஜிஆர் ஆட்சியின் கடைசி காலகட்டத்தில், ஆட்சிமீது பல்வேறு விமர்சனங்கள் எழுந்தது. அப்போது, ரஜினியும் இந்த ஆட்சி சாமானியர் களுக்கான ஆட்சியாக இல்லை என்று கூறினார். எம்ஜிஆர் ஆட்சிக்காலத்திலிருந்த பத்து ஆண்டுகளில்தான் ரஜினிகாந்த் மிகப்பெரிய கதாநாயகனாக வளர்ந்தார். அந்த காலகட்டங்களில், எம்ஜிஆரின் அபிமானியாக, எம்ஜிஆரின் செல்லப்பிள்ளையாக பலர் தங்களை காட்டிக் கொண்டனர். பாரதிராஜா, பாக்யராஜ்,

பாண்டியராஜ், சத்யராஜ் போன்ற திரையுலகைச் சேர்ந்தவர்கள், தங்களை எம்ஜிஆர் அபிமானி என்று பெருமையாக சொல்லிக் கொண்டார்கள். மற்றொருபுறம், இயக்குநர்கள் டி.ராஜேந்தர், எஸ்.ஏ. சந்திரசேகர் போன்றோர் எம்ஜிஆர் ஆட்சியில், அரசியல்வாதிகளை கடுமையாகச் சாடி திரைப்படங்களை எடுத்தனர். அதிலும் குறிப்பாக, டி.ராஜேந்தர் எம்ஜிஆர் ஆட்சியை நேரடியாகவே தாக்கி வசனங்கள் பேசுவார்.

ரஜினிகாந்தைப் பொருத்தவரை, எம்ஜிஆர் ஆதரவு, எம்ஜிஆர் எதிர்ப்பு என எந்த அரசியல் சுழலுக்குள்ளும் சிக்கிக்கொள்ளாமல், 'தன் வழி தனி வழி' என படங்களில் நடித்துக்கொண்டிருந்தார்.

எம்ஜிஆர் அரசியல் கட்சி ஆரம்பித்த ஐந்தே ஆண்டுகளில் அரியணை ஏறினார். அது எப்படி சாத்தியமாயிற்று? அதற்கு முன்பு 20 ஆண்டுகள் அவருக்கு இருந்த, 'திமுக அடையாளம்', 'சினிமா வெளிச்சம்' என இரண்டு அம்சங்களும் எம்ஜிஆருக்குத் துணை நின்றது.

67ம் ஆண்டு தேர்தல், 71ம் ஆண்டு தேர்தல் ஆகிய இரண்டு தேர்தல்களிலும் எம்ஜிஆர் உதயசூரியன் சின்னத்தில் நின்று வெற்றி பெற்றார். 67ம் ஆண்டு தேர்தலில் துப்பாக்கிக் குண்டு பாய்ந்து படுக்கையில் இருந்த எம்ஜிஆரின் சுவரொட்டியே மிகப்பெரிய பிரச்சார பீரங்கியாக செயல்பட்டது.

திமுகவுடன் இருந்த நெருக்கம் மட்டுமில்லாமல், திரையில் தன்னைப் பற்றி உருவாக்கி வைத்திருந்த நேர்மறை பிம்பம் எம்ஜிஆருக்கு பெரிய அளவில் கை கொடுத்தது. எந்தக் காரணத்தைக் கொண்டும் மதுவைத் தொடாதவர் என்ற பிம்பமே எம்ஜிஆருக்கு, பெண்கள் மத்தியில் பேராதரவு பெறுவதற்குக் காரணமாக இருந்தது.

இங்குதான் ரஜினிகாந்தின் சினிமா பயணம், எம்ஜிஆரிடமிருந்து வேறுபடுகிறது. ரஜினிகாந்த் மக்கள் செல்வாக்குப் பெற்றது நேர்மறை பிம்பத்தினால் அல்ல. சிகரெட் பிடிக்கும் ஸ்டைல், வில்லத்தனத் தைக்கூட ரசிக்கும்படிச் செய்த நடிப்புத்திறன் போன்றவற்றால்தான் மக்கள் கூட்டத்தை ஈர்த்தார் ரஜினிகாந்த்.

நிற்பது, உட்காருவது, போன் பேசுவது, மாடிப் படி இறங்குவது என சாதாரணக் காட்சிகளில்கூட தனக்கென்று தனி மேனரிசத்தை உருவாக்கிக்கொண்டார் ரஜினி. எம்ஜிஆர் ட்ரெண்ட்டிலிருந்து புது ட்ரெண்ட்டிற்கு மக்களை பழக்கப்படுத்தினார் ரஜினி. எம்ஜிஆரை

தங்களின் அவதாரமாகப் பார்த்தனர் மக்கள். அதே மக்கள் ரஜினியை தங்களில் ஒருவராகப் பார்த்தனர்.

பல்லாண்டு வாழ்க, ஊருக்கு உழைப்பவன், நீதிக்குத் தலை வணங்கு, தாய்க்குப் பின் தாரம், இதயக்கனி என படத்தின் தலைப்பில்கூட, நேர்மறையான அம்சத்துடன் மக்கள் மனத்தைக் கவர்ந்தவர் எம்ஜிஆர். ஆனால், ரஜினியோ, ரங்கா, பில்லா, போக்கிரி ராஜா, பாயும் புலி என டைட்டிலிலேயே மிரட்டுவார். இவ்வாறாக எம்ஜிஆர் ரசிகர்களை சேர்த்தவிதமும், ரஜினிகாந்த் மக்களை ஈர்த்தவிதமும் ஒன்றுக்கொன்று முற்றிலும் மாறுபட்டது.

படங்கள் தோறும் தத்துவ பாடல், தாயைப் போற்றும் பாடல் இருக்க வேண்டும் என்பதில் உறுதியாக இருந்தார் எம்ஜிஆர். காங்கிரஸ் ஆட்சி நடைபெற்றபோது, திமுக பிரச்சார படங்களில் நடித்தார். அதிமுக தொடங்கிய பிறகு, அண்ணாவைப் புகழ்வதும், கருணாநிதியை விமர்சிப்பது மாதிரியுமான படங்களில் நடித்தார். எப்படியாக இருந்தாலும்,எந்த ஆட்சியாக இருந்தாலும், அரசியல் நெடி எம்ஜிஆர் பாடல்களில் தவறாமல் இடம்பெறும். அந்த அரசியல் நெடியுள்ள பாடல்களில், தான் மக்கள் தொண்டன் என்பதைத் தவறாமல் பதிவு செய்வார் எம்ஜிஆர்.

எம்ஜிஆரைப் பின்பற்றியே ரஜினியும் தனது படங்களில் ஓபனிங் சாங் வேண்டும். அதுவும் தத்துவ பாடலாக இருக்கவேண்டும் என்ற பாணியை உருவாக்கினார். அப்படியொரு பாணியை ரஜினி தொடங்கிய காலகட்டத்தை நுட்பமாகக் கவனிக்கவேண்டும். எம்ஜிஆர் இறந்து மூன்று ஆண்டுகள் கழித்து, இன்னும் சரியாகச் சொல்லப் போனால், ஜெ அணி ஜா அணி சர்ச்சைகள் தீர்ந்து ஒன்றுபட்ட அதிமுக உருவான பிறகு, ரஜினி தனது படங்களில் ஓபனிங் சாங் கலாச்சாரத்தை உருவாக்கினார்.

அண்ணாமலை, எஜமான், பாட்ஷா, முத்து, அருணாச்சலம், படையப்பா போன்ற படங்களில் அவரது ஓபனிங் சாங்கிற்கு தனி எதிர்பார்ப்பு ஏற்பட்டது. அந்தப் பாடல்கள் படத்திற்குப் பொருந்தாமல், தனித்து தத்துவங்களைப் பேசும். ஆனால், படத்தின் வெற்றிக்கு அந்தப் பாடல்கள் பெரிதும் வலுச் சேர்த்தன.

90களில் ரஜினிகாந்த் தத்துவப் பாடல்கள் என்ற பெயரில் பாடல் புத்தங்களும், தனி கேசட்டுகளும் வர ஆரம்பித்தன. 2000க்குப் பிறகு பிறந்தவர்களுக்கு பாடல் புத்தகங்கள் மற்றும்

கேசட்டுகளைக் கேட்டு பழக்கமிருக்காது. அவர்களுக்கு இந்தச் செய்தி மிகவும் புதுமையாக இருக்கும்.

ரஜினிகாந்த் அடிப்படையில் தீவிரமான சிவாஜி ரசிகர். ரஜினியின் அழுகை, கண்களை மேலே உருட்டிப் பார்க்கும் பாவனை போன்றவற்றை நுட்பமாகக் கவனிப்பவர்களுக்கு சிவாஜியின் சாயல் இருப்பது நன்றாகத் தெரியும்.

'பேட்ட' படத்தில்கூட சிம்ரனை சந்திக்கும் காட்சியில், சிவாஜி பாடலை ரசித்துக் கேட்பார். சண்டைக் காட்சிக்கு ஆயத்தமாகும் முன்பு சிவாஜியின் பாசமலர் பாடலைக் கேட்டு அமைதி கொள்வார். ரஜினிகாந்தின் சிகரெட் படிக்கும் ஸ்டைல் யாரிடமிருந்து வந்தது தெரியுமா? பலரும் வட இந்திய நடிகர் ஒருவரின் பெயரைச் சொல்வார்கள். ஆனால், உண்மை அதுவல்ல. தங்கச்சுரங்கம் என்ற படத்தில், தனக்கு அருகில் இருக்கும் பெண்ணின் உடம்பில் இருந்து சிகரெட் நெருப்பைப் பற்ற வைப்பார் சிவாஜி. அந்த சிவாஜி ஸ்டைலைத்தான் ரஜினிகாந்த், மாப்பிள்ளை படத்திலிருந்து படையப்பா படம்வரை செய்து அசத்தியிருப்பார். படையப்பாவில் மணிவண்ணன் உடம்பிலிருந்து சிகரெட் பற்ற வைக்கும் காட்சியை ரஜினி ரசிகர்கள் அவ்வளவு எளிதாக மறந்திருக்கமாட்டார்கள்.

சிவாஜியின் தங்கச்சுரங்கம் சிகரெட் ஸ்டைலையும், ரஜினிகாந்த் சிகரெட்டைப் பற்ற வைக்கும் ஸ்டைலையும் ஒப்பிட்டுப் பார்த்தால் அந்த உண்மை தெரியும்.

சிவாஜியின் நடிப்பை மட்டுமல்ல, சிவாஜி ஒரு நல்ல அரசியல்வாதி என்றும், மக்கள் அவரைத் தவற விட்டுவிட்டார்கள் என்றும் சிவாஜி மணிமண்டபத் திறப்பு விழாவில் பேசினார் ரஜினிகாந்த்.

சிவாஜியின் நடிப்பால் ஈர்க்கப்பட்ட ரஜினிக்கு, எம்ஜிஆரைப் போல் மாஸ் ரசிகர் செல்வாக்கு கிடைத்துவிட்டது. ரஜினிக்கு மட்டுமே, சிவாஜியின் கிளாசிக் நடிப்பு, எம்ஜிஆரின் மாஸ் செல்வாக்கு என இரண்டும் கிடைத்திருக்கிறது எனக் கூறலாம். அதெல்லாம் சரி! அரசியலில் ரஜினி யார்? அரசியல் என்று வந்துவிட்டால், சிவாஜி பாணியை கண்டிப்பாக ரஜினி பின்பற்ற மாட்டார். கண்டிப்பாக புரட்சித் தலைவர் பாணிதான். இந்தக் கருத்தை ரஜினிகாந்தே சொல்லிவிட்டார். 'எம்ஜிஆர் வழியில் நானும் மக்களுக்கு நல்லது செய்வேன்' என்று எம்ஜிஆர்

சிலையைத் திறந்து வைத்துப் பேசினார் ரஜினிகாந்த். இந்த நிலையில்தான் எம்ஜிஆரின் அரசியல் பாதையும் ரஜினியின் அரசியல் பாதையும் ஒன்றா, ஒரே மாதிரியான தன்மைகளைக் கொண்டிருக்கின்றனவா? என்பதைத் திறனாய்வு செய்ய வேண்டும்.

சினிமா, அரசியல் இரண்டிலும் கோலோச்சியவர் எம்ஜிஆர். ரஜினி சினிமாவில் எம்ஜிஆரின் இடத்தைப் பிடித்துக் கொண்டார். அரசியலிலும் அவர் இடத்தை அடையும் பயணத்தை ரஜினி தொடங்கியிருக்கிறார்.

கள எதார்த்தம் எம்ஜிஆரின் இடத்தை அப்படியே ரஜினிக்கு கொடுத்துவிடுமா? அரசியலில் எம்ஜிஆருக்கு சூட்டிய மகுடத்தை ரஜினிக்கும் மக்கள் சூட்டுவார்களா? என்ற கேள்வி எழுகிறது.

இந்த இடத்தில் எம்ஜிஆரைப் பற்றிய ஒரு செய்தியை அழுத்தமாகச் சொல்லவேண்டும். எம்ஜிஆர் சினிமாவிலிருந்து அரசியலுக்கு வந்தவரில்லை. திமுக என்ற அரசியல் கட்சியில் இருந்து, அதிமுக என்ற புதிய கட்சியைத் தொடங்கினார். வெற்றி பெற்றார். அவர் கட்சித் தொடங்குவதற்கு முன்பே திமுகவில் இரண்டுமுறை சட்டமன்ற உறுப்பினராக இருந்தவர். ஆகவே அவர் அதிமுக தொடங்கும்போது, சினிமா பின்புலத்தில் கட்சி தொடங்கினார் என்று சொல்லமுடியாது. அவருக்கு 20 ஆண்டுகளாக திமுகவிலிருந்த அரசியல் செல்வாக்கு அவர் கட்சி தொடங்க அடித்தளமாக அமைந்தது என்பதை யாரும் மறுக்கமுடியாது. ஆனால், ரஜினிகாந்த் அரசியலுக்கு முன்பு அவர் எந்தக் கட்சியிலும் இல்லை. நேரடியாக சினிமாவிலிருந்து அரசியலுக்கு வருகிறார் என்ற பார்வை ரஜினிக்குத்தான் பொருந்தும். எம்ஜிஆருக்கு சினிமாவிலிருந்து அரசியலுக்கு வந்தவர் என்ற பார்வை பொருந்தாது.

‘எங்க வீட்டுப் பள்ளை’ பார்த்து ரசித்த கூட்டமும், எந்திரன் படத்தின் டெக்னாலஜி குறித்து விவாதிக்கும் இன்றைய இளைஞர்களும் ஒன்றா? தெரியவில்லை. எப்படியோ, சினிமாவில் எம்ஜிஆரின் கோட்டையைப் படித்தவர் இந்த ‘பேட்ட’ என்பதில் யாருக்கும் மாற்றுக் கருத்து இருக்க முடியாது.

3

நக்சல்... நாத்திகம்... ரஜினிகாந்த்...

எம்ஜிஆருக்கும் ஆன்மிக அரசியலுக்கும் நெருக்கம் இருக்கிறதா? எம்ஜிஆரின் சினிமா வாழ்க்கையும், ரஜினியின் சினிமா பாணியும் ஒரே மாதிரியான தன்மை கொண்டவையா? எம்ஜிஆரின் ஆட்சியில் ரஜினிகாந்த் படங்கள் பேசிய செய்திகள் என கடந்த அத்தியாயத்தில் பார்த்தோம். தற்போது ரஜினிகாந்த் படங்களில் அவரையும் அறியாமல் அந்தக் கால அரசியல் சூழலை விமர்சித்து வசனங்கள் வந்திருக்கின்றன. அந்த வசனங்களின் வழியே அந்த கால அரசியலை ஆராயவேண்டிய தேவை இருக்கிறது.

ரஜினி படங்களின் வாயிலாக தமிழகத்தின் 40 ஆண்டு காலமாக நடைபெற்ற அரசியல் உரையாடலை எடுத்துரைக்கிறது இந்த அத்தியாயம். இதன் மூலம், ரஜினி நடிக்கத் தொடங்கிய காலம் தொட்டு அவர் அரசியலுக்கு வருவேன் எனக் கூறிய காலம்வரை அவரது சினிமாக்கள் சொல்லும் அரசியல் செய்திகளை நீங்கள் தெரிந்துகொள்ளலாம். அந்த வரலாற்றின் தொடர்ச்சியாக, இப்போதுள்ள அரசியலை கவனிக்கும்போது முழுமையான அரசியல் பார்வை கிடைக்கும்.

‘ராமன் ஆண்டாலும் ராவணன் ஆண்டாலும் எனக்கொரு கவலையில்லை’ என்று லும்பன் ஸ்டைலில் மரண மாஸான ஆட்டத்தை ரஜினிகாந்த் ஆடியிருப்பார். ‘முள்ளும் மலரும்’ திரைப்படத்தில்தான் அந்தப் பாடல் காட்சி இடம்பெறும். ரஜினிகாந்தின் திரை வாழ்க்கையில், மிக முக்கியமான படம். அதற்குப் பிறகு எத்தனையோ, கமர்ஷியல் வெற்றிகளைக் குவித்தபிறகும், ரஜினிகாந்தின் இதயத்தில் நீங்காமல் இடம் பெற்ற படம் முள்ளும் மலரும். அவரின் பிரியத்திற்குரிய இயக்குநர் மகேந்திரனின் படம். இந்தப் படம் எந்தக் கால கட்டத்தில் வெளிவந்தது தெரியுமா? எம்ஜிஆர் ஆட்சிக்கு வந்த புதிதில்தான் இந்தப் படம் வெளிவந்தது.

எம்ஜிஆர் ஆட்சிக்கு வந்தது சாதாரண நிகழ்வல்ல. அது தமிழக அரசியலில் நிகழ்ந்த அதிசயம்தான். கட்சி ஆரம்பித்த ஐந்தே ஆண்டுகளில், அரியணை ஏறிய அதிசயத்தை நிகழ்த்தியிருந்தார் எம்ஜிஆர். அதுவும் தனது முக்கியமான கூட்டணி கட்சியான இந்திரா காங்கிரஸிடமிருந்து பிரிந்து சிபிஎம்முடன் மட்டும் கூட்டணி வைத்து நம்பிக்கையுடன் தேர்தலைச் சந்தித்தார் எம்ஜிஆர். தேர்தல் முடிவில் தமிழக மக்களின் முதலமைச்சரானார். கட்சித் தொண்டர்களாக மாறியிருந்த எம்ஜிஆர் ரசிகர்களுக்கு எல்லையில்லா ஆனந்தம். டில்லியில் நடுவண் அரசிடம் பகைத்துக் கொள்ளக்கூடாது, தமிழகத்தில் அரசியலில் நுண்மான் நுழைபுலம் வாய்ந்த கருணாநிதியை எதிர்கொள்ளவேண்டும் என இரட்டைச் சவால் எம்ஜிஆர் முன் இருந்தது. இப்படிப்பட்ட அரசியல் சூழலில்தான் ‘ராமன் ஆண்டாலும், ராவணன் ஆண்டாலும் எனக்கொரு கவலை இல்லை’ என்றொரு பாடலை தமிழக வீதிகளிலும், தேநீர் கடைகளிலும், சலூன் கடைகளிலும் பாடிக்கொண்டிருந்தார் ரஜினிகாந்த்.

எம்ஜிஆர் ஆட்சிக்கு வந்ததை நேர்மறையாகக் கொண்டாடி பல படங்கள் வந்திருந்தன. ‘மாங்குடி மைனர்’ என்ற படத்தில், ‘அண்ணாவின் ஆசைப்படி எம்ஜிஆர் கையில் தமிழகம் இருக்கிறது’ என்று நடிகர் விஜயகுமார் அண்ணா சிலைக்கு மாலை அணிவித்து பாட்டு பாடுவார். இதே போன்று பல திரைப் படைப்பாளிகள், திரைத்துறையிலிருந்து கோட்டையைப் பிடித்த எம்ஜிஆரைக் கொண்டாடினர். அந்தக் கொண்டாட்ட மன நிலையை திரைப்படங்களிலும் வெளிப்படுத்தினர்.

இந்த நிலையில், ரஜினிகாந்த், 'ராமன் ஆண்டாலும், ராவணன் ஆண்டாலும்' என விரக்தியுடன் பாட்டு பாடியதை எம்ஜிஆர் அபிமானிகள் ரசிக்கவில்லை. பெரிய அளவில் அந்தப் பாடலுக்கு எதிர்ப்பு வரவில்லை என்றாலும், எம். ஜி. ராமச்சந்திரன் ஆட்சிக்கு வந்த புதிதில், 'ராமர் ஆண்டால் என்ன, ராவணன் ஆண்டால் என்ன?' என்ற அலட்சியத் தொனியில் பாடல் வந்திருப்பதை அரசியல் பார்வையாளர்கள் கூர்மையாகக் கவனித்தனர். ஆனால், பெரிய விவகாரமாக இது வெடிக்கவில்லை.

ஏனெனில், அந்தக் காலகட்டத்தில் ரஜினிகாந்த் பெரிய நடிகரல்ல. அது மட்டுமில்லாமல், படத்தை இயக்கிய மகேந்திரன் மிகப்பெரிய எம்ஜிஆர் பற்றாளர். இந்த அரசியல் பார்வையை யெல்லாம் தாண்டி சராசரியான மக்கள் மத்தியில் படம் மாபெரும் வெற்றியைப் பெற்றது.

'தனிக்காட்டு ராஜா' என்ற படத்தில், 'நான்தான்டா இப்ப தேவதாஸ்' என்ற பாடல் வரும். காதல் தோல்வியில், ரஜினிகாந்த் மது அருந்தி விட்டு பாடுவதுபோல் இந்த பாடல் காட்சி அமைக்கப்பட்டிருக்கும். அந்தப் பாடல் தொடங்குவதற்கு முன்பு, 'நான் புரட்சித் தலைவருமில்லை... டாக்டர் கலைஞருமில்லை...' என்று ரஜினிகாந்த் கூறுவார். பாடல் சோகப்பாடல், ஆனால் சம்பந்தமே இல்லாமல், எம்ஜிஆரைப் பற்றியும், கலைஞரைப் பற்றியும் ஏன் சொல்லவேண்டும் என்பதை சற்று ஆராய வேண்டும்.

அந்தப் பாடல் காட்சியில், 'கலைஞர், எம்ஜிஆரை சொல்லி, அவர்களுடன் ஒப்பிடும் அளவிற்கு நான் பெரியவன் இல்லை. நான் சாமானியன்' என்று ரஜினி தனக்குத்தானே கூறிக்கொள்வார். இதற்கு என்ன பொருள்? என்னை அரசியலுடன் தொடர்பு படுத்தாதீர்கள்! என்று அவர் கூறுகிறார்.

இந்தப் படம் வெளிவந்த காலகட்டத்தில் ரஜினிகாந்த் அரசியலுக்கு வருவார் என்று யாரும் பேசவில்லை. அல்லது கூப்பிடவுமில்லை. அப்படியிருக்கும்பொழுது, ஏன் ரஜினி அப்படிப் பாடவேண்டும்? அரசியலுக்கு வர விருப்பமில்லை. முதலமைச்சராக விருப்பமில்லை என்று பேச ஆரம்பித்தாலே அங்கு ஏதோ அரசியல் பொறி தென்படுகிறது என்றுதான் பொருள்.

ரஜினிகாந்த், தமிழ் சினிமாவின் உச்ச நட்சத்திரம். வசூல் சக்ரவர்த்தி. குணச்சித்திர நடிகராக அறிமுகமாகி, வில்லனாக

வளர்ந்து வரும் வேளையில், திடீரென கதாநாயகன் ஆனவர் அவர். கதாநாயகனாக மக்கள் மனதில் இடம் பிடிக்கத் தொடங்கிய குறுகிய காலத்திலேயே, அவர் ஆக்ஷன் கதாநாயகனாக உச்சம் தொட்டார்.

அந்தவகையில், ரஜினி மிகக் குறுகிய காலத்தில் வளர்ச்சியை ருசித்த நடிகர்தான். இருந்தாலும், எம்ஜிஆர் ஆட்சி நடந்து கொண்டிருந்த அந்தக் காலகட்டத்தில் தமிழகத்தின் இருபெரும் தலைவர்களை பாடலில் புகுந்த வேண்டிய அவசியமென்ன? ஏதோ ஓர் அரசியல் பொறி 40 ஆண்டுகளுக்கு முன்பே சூப்பர் ஸ்டாருக்கு தோன்றியிருக்கிறது என்றுதான் கூறவேண்டும்.

ரஜினிகாந்த் நடிப்பில் வெளிவந்த, 'தீ' திரைப்படம் மிக முக்கியமான திரைப்படம். இந்தப் படத்தில் ரஜினிகாந்த் கடவுள் மறுப்பு கொள்கை கொண்ட நாத்திகராக நடித்திருப்பார். படத்தின் முதல் காட்சியிலேயே, 'பசியால் வாடும் குழந்தைகளின் பசியை எப்போது கடவுள் போக்குவாரோ, அப்போதுதான் கோயிலுக்குள் வருவேன்' என்று தன் அம்மாவிடம் பேசுவார். ஆன்மிக அரசியலை கையிலெடுத்திருக்கும் ரஜினிகாந்த் தற்போது இது போன்ற படங்களில், வசனத்தில் நடிப்பாரா? என்பது சந்தேகமே!

மேலும் தீ படத்தின், முதல் பாடலில், நக்சல்பாரி சிந்தனையை பிரதிபலிக்கும் பாடலை பாடுவார் ரஜினிகாந்த். 'இந்திய சுதந்திரம் என்பது ஏழைகளுக்கானது அல்ல, பாட்டாளிகளுக்கு இன்னும் விடுதலை கிடைக்கவில்லை' என்று பொருள்படும் வகையில் அந்தப் பாடல் அமைந்திருக்கும். 'சுப்பண்ணா சொன்னாருண்ணா சுதந்திரம் வந்ததுன்னு' என்று தொடங்கும் அந்தப் பாடலை முழுமையாக கேட்டால் உங்களுக்கு உண்மை புரியும். அந்தப் பாடல் பாட்டாளி வர்க்க அரசியலை முன்வைக்கிற நுட்பத்தை நீங்கள் அறிந்து கொள்ளமுடியும்.

'தீ' படம் வெளிவந்த அதே காலகட்டத்தில்தான் நக்சல் சிந்தனை இளைஞர்களிடம் பரவிவந்தது. 'வசந்தத்தின் இடிமுழக்கம்' என்ற பெயரில் தீவிர இடதுசாரி சிந்தனையாளர்கள், தங்கள் தோழர்களுக்கு அறைகூவல் விடுத்திருந்த இந்தச் சூழலில்தான், பாட்டாளி வர்க்க சர்வாதிகாரத்தை பிரதிபலிக்கும் அரசியலை திரையில் பாடினார் ரஜினிகாந்த்.

சினிமா என்பது வானத்திலிருந்து இறங்கும் படைப்பு கிடையாது. தன்னைச் சுற்றி நடக்கும், தன்னைப் பாதிக்கும் அரசியலைத்தான்

படைப்பாளி தனது படங்களில் வெளிப்படுத்துகிறான். இது இயற்கையான ஒன்றுதான்.

நக்சல்பாரி ஆதரவு பாடலை உச்சநட்சத்திரம் பாடுவது என்பது சாதாரண விஷயமல்ல! அதை ரஜினிகாந்த் செய்திருந்தார். ஆனால், இந்தப் பாடலை வைத்து,ரஜினிகாந்திற்கு கம்யுனிசம் மீது காதல் இருக்கிறது என்ற முடிவிற்கு வந்து விடமுடியாது. ஏனென்றால், அதற்கடுத்து ரஜினிகாந்த் நடித்த முக்கியமான திரைப்படம் 'ராணுவ வீரன்'. இந்தப் படத்தில், நாட்டின் வளர்ச்சிக்கு அச்சுறுத்தலாக இருக்கும் நக்சல் கூட்டத்தை அழிப்பதுதான் ரஜினிகாந்தின் வேலை.

வேலையில்லா திண்டாட்டம், வறுமை போன்றவற்றால் விரக்தியடைந்த இளைஞர்களை நக்சல் குழுக்கள் வஞ்சக வார்த்தைகளைப் பேசி இழுத்துக் கொள்கிறார்கள். அந்த நக்சல் குழுவிலிருந்து, கிராமத்தைக் காப்பாற்றுவதற்காக இந்த ராணுவ வீரன் போராடுவார். இதுதான் படத்தின் கதை. இந்தப் படத்தை தயாரித்த நிறுவனம் யார் தெரியுமா? சத்யா மூவிஸ். ஆம். ஆர்.எம்.வீரப்பன் தயாரித்த படம்தான் ராணுவ வீரன்.

ராணுவ வீரன் படத்தை 'சத்யா மூவிஸ்' தயாரித்ததற்கும், எம்ஜிஆர் ஆட்சிக்கும் தொடர்பிருக்கிறது. அதேபோல், படத்தின் கதைக்கும் எம்ஜிஆர் ஆட்சிக்கும் தொடர்பிருக்கிறது. அந்தக் கால அரசியல் சூழலைப் புரிந்துகொண்டால், உங்களுக்கு ராணுவ வீரன் பேசிய நுட்பமான அரசியல் புரியும்.

இந்தப் படம் வெளிவந்த காலகட்டத்தில்தான், எம்ஜிஆர், நக்சல் குழுக்களை ஒடுக்கும் பணியினை முடுக்கிவிட்டிருந்தார். திருப்பத்தூர் பகுதியில் நடந்த சட்டம் ஒழுங்கு பிரச்னையை விசாரிப்பதற்காக, காவல்துறையினர் தாங்கள் சந்தேகப்பட்ட ஒரு நபரை காவல்துறை வாகனத்தில் அழைத்து வந்தனர்.

வாகனத்தில் சென்றுகொண்டிருந்த போது, வெடிகுண்டை வெடிக்கச் செய்தார் அந்த நபர். காவல்துறை வாகனத்தில் இருந்த அனைவரும் அடுத்த நொடியில் உயிரிழந்தனர். தமிழகமே அதிர்ச்சியில் உறைந்தது. முதலமைச்சர் எம்ஜிஆருக்கு கட்டுக் கடங்கா ஆத்திரம் ஏற்பட்டது. நக்சல் சிந்தனை பரவுவதற்குக் காரணமானவர்கள் யாராக இருந்தாலும், கடுமையாக நடவடிக்கை எடுங்கள் என்று உத்தரவிட்டார்.

எம்ஜிஆரின் அந்த உத்தரவை ஏற்றுக் கொண்டவர்கள் இரண்டு பேர். ஐபிஎஸ் அதிகாரிகளான என். மோகன்தாஸும், தேவாரமும் பொறுப்பை ஏற்றனர். பொறுப்பை ஏற்ற அடுத்த கணம் அதிரடியாக களத்தில் இறங்கினர். வட தமிழகத்தில் குறிப்பாக தருமபுரி மாவட்டத்தில் பல இளைஞர்கள் சந்தேகத்தின்பேரில் கைது செய்யப்பட்டனர். பலர் வேட்டையாடப்பட்டார்கள். இன்னும் சரியாகச் சொல்லப்போனால், என்கவுண்டர் என்ற வார்த்தையே தமிழகத்தில் அப்போதுதான் அறிமுகமானது.

'நக்சல் வேட்டை என்ற பெயரில் அப்பாவி இளைஞர்கள், கூலித் தொழிலாளர்களைக் குறிவைத்து காவல்துறை நடவடிக்கை எடுக்கிறது. அந்த வட்டாரத்திலுள்ள பண்ணையார்கள், ஜமீன்தார்களின் பேச்சைக் கேட்டுக் கொண்டு, உரிமைக்காகக் குரல் கொடுக்கும் தொழிலாளர்களையெல்லாம் எம்ஜிஆர் அரசு வேட்டையாடுகிறது' என எதிர்கட்சிகள் மற்றும் பத்திரிகைகள் எழுத ஆரம்பித்தன.

மனித உரிமை அமைப்புகள் கடுமையான கண்டனத்தை எம்ஜிஆர் அரசு மீது முன் வைத்தன. அந்தச் சமயத்தில்தான் ராணுவ வீரன் படத்தை சத்யா மூவிஸ் தயாரிக்கிறது. நக்சல் குழுக்களை ஒடுக்கியது மக்கள் பாதுகாப்பிற்காகவே, மக்களை காக்கவே, என்ற செய்தியை சொல்லும் விதமாகவே ராணுவ வீரன் படம் எடுக்கப்பட்டது.

ராணுவ வீரன் படத்தின் தொடக்க காட்சியிலேயே, அந்தப் படத்தின் நோக்கம் தெளிவாக விளக்கப்பட்டிருக்கும். இந்தப் படத்தை, நாட்டைக் காக்கும் பணியில் ஈடுபடும் காவல்துறை நண்பர்களுக்கும், ராணுவ வீரர்களுக்கும் காணிக்கையாக்குவதாக கூறித்தான் படத்தை ஆரம்பிப்பார்கள்..

நக்சல் குழுக்களின்மீது மக்களுக்கு காதல் வரக்கூடாது. மக்களை காப்பாற்றும் பொறுப்பில் உள்ள காவல்துறையினர் பல பேர் நக்சல்களை ஒடுக்கும் பணியின்போது உயிரைத் துறந்திருக் கிறார்கள் என்பதைச் சொல்லும்விதமாகவே, இந்தப் படத்தின் காட்சிகளும் வசனங்களும் அமைக்கப்பட்டது. அன்றைய எம்ஜிஆர் அரசின் நக்சல் ஒழிப்பு நடவடிக்கைகளை நியாயப் படுத்தும் விதமாக எடுக்கப்பட்ட இந்தப் படத்திலும் கதாநாயகன் ரஜினிகாந்த்தான். ராணுவவீரன் படத்தை வெறும் ஆக்ஷன் படமாகவும், ரஜினிகாந்த் படமாகவும் பார்த்துப் பழகியவர்கள்

படத்திற்குப் பின்னால் உள்ள அரசியலையும் தெரிந்துகொள்ள வேண்டும்.

அரசு பயங்கரவாதத்திற்கு எதிரான கருத்தியலையும் ரஜினிகாந்த் பாடுவார், அதே சமயம் அரசிற்கு ஆதரவாகவும் குரல் கொடுப்பார். ஏனென்றால், இரண்டு முடிவுகளையும் ரஜினிகாந்த் எடுக்கவில்லை. அன்றைய புறவய அரசியல், சமூக சூழல்தான் கதையைத் தேர்வு செய்தது.

80களில் வெளிவந்த ரஜினி படங்களில் அரசியல் இருந்தது. குறிப்பிட்ட கருத்தியல் ரீதியான தாக்கமும் இருந்தது. அந்தக் கருத்தியலை ரஜினியின் சொந்த அரசியல் என்று சொல்ல முடியாது. இருப்பினும், அந்த அரசியல் ரஜினி படங்களின் அரசியல் என்று சொல்லலாம்.

எம்ஜிஆர் இறந்த பிறகு பேசிய அரசியலை, ரஜினி படங்களின் அரசியல் என்று ஒதுக்கிவிடமுடியாது. அந்தப் படங்களில் ரஜினி காந்தின் அரசியல் இருந்தது என்பதுதான் உண்மை. ஆம். எம்ஜிஆர் ஆட்சியில் ரஜினி நடித்த படங்களுக்கும், எம்ஜிஆர் மறைந்த பிறகு ரஜினிகாந்த் நடித்த படங்களுக்கும் மிகப்பெரிய வேறுபாடு இருக்கிறது.

87 க்குப் பிறகு நடித்த ரஜினிகாந்தின் படங்கள் அனைத்திலும் ரஜினியின் அரசியல் ஆசை, அரசியல் பன்ச் எல்லாம் வெளிப்பட ஆரம்பித்தன. 'ஊர்க்காவலன்' படத்திற்குப் பிறகு ரஜினிகாந்த் புது ஹேர் ஸ்டைலுடனும், கூடுதல் இளமையுடனும் நடித்திருப்பார். அந்தக் காலகட்டத்திலிருந்துதான் ரஜினிகாந்தின் அரசியலும் தொடங்குகிறது.

'ராஜாதி ராஜா' திரைப்படத்தில், படத்திற்கு சம்பந்தமே யில்லாமல், 'கட்சியும் வேணா, கொடியும் வேணா' என்று பாடுவார். அதே போல், 'வீரா' படத்திலும் 'இந்த கொடி வேணுமா? அந்த கொடி வேணுமா?' என கேட்பார். இது போன்று படங்களில் ஏன் சம்பந்தமேயில்லாமல் ரஜினி அரசியல், கொடி பற்றிப் பேசவேண்டும். எம்ஜிஆர் இறந்த பிறகு, தமிழகத்தில் ஏற்பட்ட அரசியல் சூழல் ரஜினியை அவ்வாறு பேசத் தூண்டியிருக்கலாம். ஆனால், ரஜினிகாந்த் அப்போதும் வெளிப்படையாக அரசியல் பேசவில்லை.

சூப்பர் ஸ்டாரு யாருன்னு கேட்டா? என்ற பாடலை ரசிகர்கள் மட்டுமல்ல, தமிழ்நாட்டு மக்களும் மறந்திருக்கமாட்டார்கள்.!

அந்த அளவிற்கு எல்லோரிடமும் சென்று சேர்ந்த பாடல் அது. அந்தப் படத்தில், ஒரு காட்சியில், 'சினிமா வாய்ப்பெல்லாம், லட்சத்தில் ஒருவருக்குத்தான் கிடைக்கும்' என்று ஒரு வசனம் வரும்! அப்போது சின்னி ஜெயந்த், ரஜினியைக் காட்டி, 'சார் இவரும் லட்சத்தில் ஒருவர்தான்' என்று பேசுவார். அப்போது ரசிகர்களின் விசில் சத்தம் காதை பிளக்கும்.

எம்ஜிஆர் இல்லாத அரசியல் சூழலில் ரஜினியின் பன்ச் டயலாக்குகள் ரசிகர்களுக்கு நம்பிக்கையைக் கொடுத்தன. மேலும் அந்தப் படத்தின், முதல் பாடலில் ரஜினிகாந்த் கூத்து கட்டி ஆடுவார். அப்போது, 'நாடெங்கும் ரசிகர் கூட்டம் எனக்கிருதுங்க... அதுக்கு ஒரு கணக்கு இருக்குதுங்க' எனச் சொல்லி ரசிகர்களை கிளர்ச்சியடையச் செய்வார். ஊரெங்கும் ரசிகர் கூட்டம் எனக்கு இருக்குது என்று சொல்வதன் மூலம் ரஜினி என்ன சொல்ல வருகிறார்...? அரசியலே தெரியாது என்பவர்களுக்குக்கூட ரஜினிகாந்த் என்ன சொல்ல வருகிறார் ? என்பது எளிதாகப் புரியுமே!

'குரு சிஷ்யன்' படம் வெளிவந்த சமயம் தமிழக அரசியல் களம் மிகப் பரபரப்பாக இருந்த தருணம். அந்தக் காலகட்டத்தில்தான், அதிமுக ஜெ அணி, ஜா அணி என இரண்டாகப் பிரிந்திருந்தது. ஜானகி முதலமைச்சராக இருந்தபோது நடைபெற்ற நம்பிக்கை வாக்கெடுப்பில் சட்டசபை அதகளமானது. 'வானளாவிய அதிகாரம்' என்ற வாசகத்திற்கு உரியவரான பி.எச். பாண்டியன் அப்போது சபாநாயகர். அப்போது சட்டசபையில் நடந்த அடிதடியை, அடுத்த நாள் பத்திரிகைகள் சட்டமன்ற வரலாற்றின் கருப்புநாள் என விமர்சித்து தலைப்புச் செய்தியாக்கின. அந்தப் பரபரப்புச் செய்தியை மேற்கோள்காட்டும் வண்ணம் ரஜினிகாந்த், பிரபு நடித்த குரு சிஷ்யன் திரைப்படத்தில் காட்சிகளும் வசனங்களும் வந்தது.

எம்ஜிஆர் மறைவிற்குப் பிறகு உறுதித்தன்மையில்லாத அதிமுகவை பலரும் விமர்சிக்கும் தன்மை இருந்தது. கட்சித் தலைமையை யார் கைப்பற்றுவது? என்பதில் மிகப் பெரிய போட்டி நடைபெற்றது. இந்த ஜெ அணி, ஜா அணி சண்டையைக் குறிப்பிடும் விதமாக, குரு சிஷ்யன் படத்தில் ரஜினியும் பிரபுவும் ஒரு பாட்டு பாடுவார்கள். 'நாற்காலிக்குச் சண்டைபோடும் நாமெல்லாம் பைத்தியம்தான்டா' எனத் தொடங்கும் அந்தப் பாடல் சிறைச்சாலைக்குள் கைதிகள் பாடுவதுபோல்

படமாக்கப்பட்டிருக்கும். அன்றையச் சூழலில் விமர்சிக்கப்பட்ட குதிரை பேர அரசியல், கட்சித் தலைமைக்கு நடைபெற்ற அதிகார அரசியல் என பல்வேறு செய்திகளை மறைமுகமாக சுட்டும் விதமாக அந்தப் பாடல் அமைந்திருந்தது. அது மட்டுமல்லாமல், அதே படத்தில் பிரம்பால் அடிக்கிறது பழைய பாணி. மைக்கால் அடிப்பதுதான் புதிய பாணி என ரஜினிகாந்த் வசனம் பேசுவார். அப்போது, ஜானகி சட்டசபையில் மைக்குகள் உடைக்கப்பட்ட சம்பவத்தைத்தான் அந்த வசனம் நினைவு கூர்கிறது.

அதிசயப்பிறவி. இந்தத் திரைப்படத்தின் டைட்டிலே ரஜினியின் இமேஜை தனித்துக் காட்டுவதற்காக வைக்கப்பட்டதுதான். எம்ஜிஆருக்கு எப்படி தனிப் பிறவி என்று பெயர் வைத்து படம் எடுத்தார்களோ,! அதே போல் ரஜினிகாந்திற்கும் 'அதிசயப்பிறவி' என பெயர் வைத்து ரஜினிகாந்தை எம்ஜிஆருக்கு இணையாகக் கொண்டு வந்தனர். ஏனென்றால், அப்போது ரஜினியின் ரசிகர் வட்டம் மிகப்பெரிது. ரஜினியைக் கொண்டாடி வசனம் பேசினால் வசூல் நன்றாக வரும்.

அந்தப் படத்தில் ரஜினி பல்வேறு அரசியல் வசனங்களை நுட்பமாகப் பேசியிருப்பார். படத்தில், ரஜினிகாந்த் இறந்து மேல் உலகத்திற்கு வந்துவிடுவார். அங்கு எமதர்மராஜன், சித்திர குப்தன், விசித்திர குப்தன் என செம ரகளை செய்திருப்பார் ரஜினி. அந்தப் படத்தில் ஒரு வசனத்தில் 'ரஜினியின் முகத்திற்கு அரசியலில் பெரிய வரவேற்பு இருக்கிறது. இவர் வந்து விடக்கூடாது என்று அரசியல்வாதிகள் பதறுகிறார்கள்' என்று மறைமுகமாக ரஜினிக்கு அரசியல் இமேஜை கொடுப்பார் நடிகர் சோ.

தமிழ்நாட்டு அரசியலை எமலோக அரசியலுடன் கலந்து கட்டி காமெடி பண்ணியிருப்பார்கள். படத்தின் ஒரு காட்சியில், 'ரஜினி தவறுதலாக இறந்து விட்டார். ஆகவே எப்படி அந்தத் தவறு நடந்தது? என்பதைக் கண்டுபிடிக்க கமிஷன் ஒன்றை அமைக்கவேண்டும்' என்று எமதர்மராஜன் கூறுவார். அப்போது ரஜினி, 'கமிஷன் ஒண்ணு அமைக்கிறதே செஞ்ச தப்ப மூடி மறைக்கத்தானே!' என அரசியல் பேசுவது அன்றைய அரசியல் சூழலை பகடி செய்வதுபோலவே இருக்கும்.

'அதிசயப் பிறவி' படத்தில் வெளிப்படையாக திமுக குறித்த விமர்சனங்கள் வரும். அந்தப் படம் வெளிவந்த சமயம், திமுக ஆட்சிதான் நடைபெற்றுக் கொண்டிருந்தது. அப்போதுதான்,

எமர்ஜென்சியில் ஆட்சி கலைக்கப்பட்டு, 13 ஆண்டுகளுக்குப் பிறகு கருணாநிதி தலைமையிலான திமுக ஆட்சி ஏற்பட்டிருந்தது. அதை திமுக தொண்டர்களும் பெருமையாக மேடைகளில் பேசி வந்தனர்.

'மாநில சுயாட்சிக்காக ஆட்சியை இழந்து, அதன் பிறகு எம்ஜிஆர் ஆட்சியில் 10 ஆண்டுகள் என நாம் 13 ஆண்டுகள் வனவாசம் இருந்தோம்' என்று சில திமுக ஆதரவாளர்கள் மேடைகளில் பேசிவந்தனர். அவர்களின் பேச்சை விமர்சிக்கும் விதமாக, '13 ஆண்டு கால வனவாசத்திற்குப் பிறகு ஆட்சிக்கு வந்தவர்கள் இருக்கிறார்களே!' என்று சோ வசனம் பேசுவார். திமுக ஆளும் கட்சியாக இருக்கும் பொழுதே, கருணாநிதி ஆட்சிக்கு வந்ததை விமர்சித்து வெளிவந்த வசனம் அது. அதுவும் அந்த வசனங்களை சோ பேசும்பொழுது கூடுதல் கவனம் பெறுகிறது.

இந்த அத்தியாயத்தில் எம்ஜிஆர் ஆட்சியில் ரஜினி நடித்த புரட்சிகர கதாபாத்திரங்கள், அதற்குப் பின்னணியிலுள்ள அரசியலை ஆராய்ந்தோம். எம்ஜிஆர் இறந்த பிறகு, ரஜினிகாந்த் படங்கள் எடுத்த புது அவதாரத்தையும் உற்று நோக்கினோம். அடுத்த அத்தியாயம் ஆன்மிக ஆரசியல்! ஆம், ரஜினிகாந்த் எப்போதிருந்து தனது ஆன்மிக அரசியலைத் தொடங்கினார். அதற்குப் பிறகு, தொடர்ச்சியாக தனது படங்களின் வாயிலாக ஆன்மிக அரசியலை எப்படி நுட்பமாகச் செலுத்தினார் என்பதை இனி வரும் அத்தியாயத்தில் பார்க்கப் போகிறோம்.

4

ரஜினியின் ஆன்மிக அரசியல்

பணக்காரன் படத்தில் ஓபனிங் சாங்காக வரும் பாடல் அனைவரும் அறிந்த மிகப் பிரபலமான பாடல். 'மரத்தை வச்சவன் தண்ணி ஊத்துவான்' என்று தொடங்கும் அந்தப் பாடல் முழுவதும் ஆன்மிக நெடி இருப்பதை உணரமுடியும். பெற்றோர் அரவணைப்பு இல்லாமல் வளரும் ரஜினிகாந்தின் குழந்தை கதாபாத்திரத்திற்காக எழுதப்பட்ட பாடல்தான் இந்தப் பாடல். இந்தப் பாடலில், 'காத்திருப்போர் எத்தனை பேரோ உன்னிடம் தோற்பதற்கு' என்று ஒரு வரி வரும். இதன் பொருள் ஒருவன் தன் முயற்சியால் வெற்றிப் பெறுகிறான் என்பது அல்ல. அவன் பிறக்கும்பொழுதே, அவன் வெற்றி தீர்மானிக்கப்பட்டுவிட்டது. அப்படி குழந்தையாக இருக்கும் பொழுதே, உறுதி செய்யப்பட்ட வெற்றிக்கு உரிமையாளர் யார் தெரியுமா? அவர்தான் சூப்பர் ஸ்டார் ரஜினிகாந்த்! ஆம். அப்படித்தான் அந்தப் பாடல் வரிகள் நமக்குச் சொல்கிறது. மற்ற நடிகர்களுக்கு பாடல் வரிகள் எழுதுவதற்கும், எம்ஜிஆர், ரஜினி போன்ற நடிகர்களுக்கு பாடல் வரிகள் எழுதுவதையும் ஒரே மாதிரியாக பார்க்க முடியாது.

நமது கவிஞர்களும் ரஜினிக்கென்ற வரிகள் அமைப்பதில் வல்லமை படைத்தவர்கள். ரஜினியே அசந்து போகும் அளவிற்கு, ரஜினியே எதிர்பாராத வண்ணம் ரஜினிக்கான வரிகளை எழுதுவதில் வாலியும் வைரமுத்துவும் ஒருவருக்கொருவர் சளைத்தவர்கள் அல்ல.

ரஜினியின் கடந்த 20 ஆண்டு கால ஓபனிங் சாங்குகள் பெரும்பாலும் வைரமுத்துவால் படைக்கப்பட்டது. அந்த நாத்திக வைரமுத்து, ஆத்திக ரஜினிக்காக எழுதிய ஆன்மிக வரிகள் கொஞ்சமா, நஞ்சமா? 'எரிமலை என் காலில் தூளாக வேண்டும் சக்தி கொடு' என்று பாபா படத்திற்காக வைரமுத்து எழுதிய வரிகள் ரஜினியின் ஆன்மிக அரசியலுக்கு கிரீடம் வைத்தது.

நாத்திக வைரமுத்துவே ரஜினிக்காக ஆன்மிக கடலில் முத்தெடுத்து வார்த்தைகளைக் கோர்த்தபொழுது, ஆன்மிக இளையராஜா சும்மாவா இருப்பார். 'பணக்காரன்' படத்தில் வரும் மரத்தை வச்சவன் பாடலுக்கு இசையமைத்தவர் மட்டுமல்ல, பாடல் வரிகளைப் பாடியவரும் இளையராஜாதான். தனது ஆன்மிக நண்பர் ரஜினிக்காக இளையராஜா பாடிய பாடல்தான் அந்தப் பாடல். அந்தப் பாடலில், 'படைத்தவனின் துணையிருக்க, அடுத்தவனின் துணை எதற்கு?' என்ற வரிகள் ரஜினி என்ற சுயம்பு, ஆண்டவனின் அருளால் புகழ் பெறுவார் என்பதை அழுத்திச் சொல்கின்றன.

தற்போது ரஜினிகாந்த் முன்னெடுக்கும் ஆன்மிக அரசியலுக்கு முன்னோட்டமான வரிகள் இந்த வரிகள்தான். 'படைத்தவனின் துணையிருக்க' என்ற வரிகளைப் பாடும் போது சிறுவன் ரஜினியின் முகத்தை மிகவும் நெருக்கமாக காண்பிப்பார் இயக்குநர். அதற்குப் பிறகு திரையரங்கில் கேட்கும் கைதட்டல் சத்தத்தையும், ரசிகர்களின் களிப்புணர்வையும் தனியாகச் சொல்லவேண்டுமா என்ன?

சிவாஜிராவ் என்ற ரஜினிகாந்த் திரைப்படங்களில் தான் நடிக்க ஆரம்பித்த தொடக்க காலத்திலிருந்தே ஆன்மிக அரசியலைப் பேசவில்லை. நடிக்க வந்த புதிதில் வில்லனாக, குணச்சித்திர நடிகராக, நகைச்சுவை நடிகராக இயல்பான நடிப்பில் அசத்திக் கொண்டிருந்தார். கதாநாயகனாக நடிக்க ஆரம்பித்த கால கட்டங்களில்கூட கம்யுனிஸ்ட்டாக, கூலித் தொழிலாளியாக, புரட்சி வசனம் பேசியவர்தான் ரஜினிகாந்த். தீ படத்தில் கடவுள் மறுப்பாளராகவே ரஜினி வருவார். நக்சல் பாரி சிந்தனையைப்

பிரதிபலிக்கும் கம்யுனிஸ்ட் பாடலைப் பாடுவார். இதுபோன்று ரஜினி ஏற்று நடித்த கதாபாத்திரங்கள், எளிய மக்களை வெகுவாக ஈர்த்தது. தன்னில் ஒருவராக நமக்காக பாடுபடும் ஒருவராக ரஜினிகாந்த் மக்கள் மனதில் சென்றடைந்தார்.

'கழுகு' திரைப்படம் ரஜினியின் திரைப்பட வாழ்க்கையில் முக்கியமான திரைப்படம். 80களின் தொடக்கத்தில் ரஜினியின் கதாநாயக பிம்பத்தைத் தூக்கிவிட்ட படங்களில் ஒன்று. அந்தப் படத்தில் மூடநம்பிக்கையில் மூழ்கியிருக்கும் தன் அண்ணன் குடும்பத்தைத் திருத்துவார். சாமியார்களுக்கும் கொள்ளைக் காரர்களுக்கும் தொடர்பு இருப்பதைக் கண்டறிந்து அதை உலகிற்கு அம்பலப்படுத்துவார் ரஜினி. இதுபோன்ற கதாபாத்திரங்கள் அன்றைய அதிகார வர்க்கத்திற்கு எதிரான மனநிலை கொண்ட இளைஞர்களைப் பெரிதும் ஈர்த்தது.

'ராணுவ வீரன்' படத்தில் ஆச்சாரமான அய்யங்கார் குடும்பத்தில் பிறந்த ரஜினிகாந்த், தனது தங்கை பிற்படுத்தப்பட்ட சமூகத்தைச் சேர்ந்த ஒருவரை காதலிப்பதை ஆதரிப்பார். சாதி, சடங்கு, சம்பிரதாயம் இதையெல்லாம்விட மனிதாபிமானம், காதல் போன்ற அம்சங்களே வாழ்க்கைக்குத் தேவை என தன் தந்தையிடம் விளக்குவார். ஆச்சாரமான குடும்பத்தில் பிறந்து எந்தவித ஆச்சாரத்தையும் பின்பற்றாமல், மக்களுக்குப் பயனுள்ள பொதுவாழ்க்கையை ரஜினிகாந்த் வாழ்வார். அதுதான் 'ராணுவ வீரன்' திரைப்படத்தில் ரஜினியின் கதாபாத்திரம் சொல்லும் செய்தி.

70களின் மத்தியில் நடிக்க வந்த ரஜினிகாந்த், 80களின் தொடக்கத்தில் பாட்டாளி வர்க்கத் தோழனாக, சேரி நாயகனாக, சம நீதி, சமூக நீதி, மூடநம்பிக்கை எதிர்ப்பு போன்ற செய்திகளைத் தாங்கிய படங்களில் நடித்தார். அதுபோன்ற படங்களில் நடித்ததன் மூலமாக, அடித்தட்டு மக்களின் கதாநாயகனாக மிளிர்ந்தார்.

இந்தத் தருணத்தில்தான், 'ராகவேந்திரர்' படத்தில் நடித்தார் ரஜினிகாந்த். அந்தப் படம் ரஜினிகாந்துக்கு 100வது திரைப்படம். கமலைவிட அதிகமான ரசிகர் மன்றங்கள் ரஜினிக்கு அதிகரிக்கத் தொடங்கிய காலகட்டம். அந்த நேரத்தில் துணிந்து, கமர்ஷியல் கலப்பு எதுவுமில்லாத முழுக்க முழுக்க ஆன்மிக நெடியுடன் கூடிய படத்தில் நடிக்கத் துணிந்தார் ரஜினிகாந்த். படம் வர்த்தக ரீதியாக தோல்வியடைந்தாலும், ரஜினியின் ஆன்மிக அரசியலுக்கு மிக நெருக்கமாக அமைந்தது.

‘ராகவேந்திரா’ படத்தை இயக்கியவர் யார் தெரியுமா? எஸ்.பி.முத்து ராமன். ஆம். ரஜினிகாந்தின் மிக நெருக்கமான இயக்குநர். பட்டி தொட்டி எல்லாம் ரஜினியைக் கொண்டு சேர்த்தவர். 80களின் தொடக்கத்தில் ரஜினிக்கு எஸ்.பி.முத்துராமன் போன் பண்ணினால், படம் செய்யப்போகிறார் என்றுதான் அர்த்தம். கதையெல்லாம் அதற்குப் பிறகுதான். அந்த அளவிற்கு ரஜினி எஸ்.பி.முத்துராமன் கூட்டணி வெற்றிக் கூட்டணி. வர்த்தக ரீதியாக ரஜினிக்கு வெற்றி கொடுத்த அதே எஸ்.பி.முத்துராமன் தான், ரஜினியின் ஆன்மிக திரைப்பயணத்திற்கும் தொடக்கப் புள்ளியாக அமைந்துவிட்டார். அதேபோல், ரஜினிகாந்தை திரையுலகத்திற்கு அறிமுகப்படுத்திய கே.பாலச்சந்தர்தான் அந்தப் படத்தின் தயாரிப்பாளர்.

ராகவேந்திராவிற்குப் பிறகு ரஜினி நடித்த படங்களில், இயல்பாகவே ஆன்மிக காற்று வீசியது. தன்னை கடவுளின் அவதாரமாக பாவிக்கும் வசனத்தை அவரோ, அல்லது வேறு யாரோ பேசுவது போன்ற காட்சிகள் இடம்பெற ஆரம்பித்தன. பாலச்சந்தர் இயக்கத்தில் வெளிவந்த ‘வேலைக்காரன்’ படத்தில் ருத்திராட்ச மாலையை ரஜினிகாந்த் அணிந்திருப்பார். அதன்பிறகு வெளியான பெரும்பாலான படங்களில் ரஜினிகாந்தை ருத்திராட்ச மாலையுடன்தான் பார்க்க முடியும்.

இன்று ரஜினி ஆன்மிக அரசியல் செய்யப் போகிறேன் என்று சொன்ன போது, பலரும் அது என்ன ஆன்மிக அரசியல்? என்ற கேள்வியை எழுப்புகிறார்கள். ஆனால், ரஜினிகாந்த் 30 ஆண்டுகளுக்கு முன்பே தன்னுடைய ஆன்மிக அரசியலை மிகத் தெளிவாகக் கூறிவிட்டார்.

பாரதிராஜா இயக்கத்தில் ‘கொடி பறக்குது’ படத்தில் கருப்பு, காவி, இரண்டு நிறங்களுக்குமான வேறுபாடு என்ன? என்று விரிவாக விளக்கம் கொடுப்பார் ரஜினிகாந்த். அந்த விளக்கத்தில், ‘கருப்பு அஞ்ஞானம் என்றும், காவி மெய்ஞானிகளின் வண்ணம் என்றும் வேறுபடுத்திப் பேசுவார். மேலும், காவி நிறத்தின் மேன்மையை மெய்சிலிர்த்துப் பேசுவார். தனக்கு மிகவும் பிடித்த வண்ணங்கள் மூன்றுதான். ஒன்று, ‘காவி, இரண்டாவது கதர், மூன்றாவது காக்கி’ எனப் பேசுவதன் மூலம் ரஜினி தன் அரசியலை வெளிப் படையாகவே பேசியிருக்கிறார். ஏதோ மது அருந்திவிட்டுப் பேசுவதுபோல் அந்த காட்சி அமைக்கப்பட்டாலும், அதுதான் ரஜினிகாந்த் விரும்பும் ஆன்மிக அரசியலின் உள்ளடக்கம்.

பொதுவாக இறை நம்பிக்கை இரண்டு வகைப்படும். 'இறைவன் ஒருவனே, அவனுக்கு உருவம் கிடையாது' என்ற ஏகத்துவ கொள்கையை வலியுறுத்தும் ஆன்மிகம். மற்றொன்று, இறைவன் மனித உருவில் அவதரிப்பார். 'ராமனாக, கிருஷ்ணனாக அவதாரம் எடுத்து அந்தந்த காலகட்டத்தின் பிரச்னைகளை தீர்த்து வைப்பார்' என்று நம்புவது மற்றொரு ஆன்மிகம். இந்த ஆன்மிகத்தில் ரஜினியின் ஆன்மிகம் இரண்டாவது ரகம்.

கடவுள் நேரடியாக வருவதில்லை. மக்கள் பிரச்னைகளைத் தீர்ப்பதற்காக ரஜினிகாந்த் போன்றவர்களை அனுப்பி வைக்கிறார் என்பதே ரஜினி திரைப்படங்கள் சொல்லும் கருத்து. சிவா படத்தின் ஒரு காட்சியில், ரஜினியே இந்த வசனத்தைப் பேசுவார். 'கடவுளிடம் முறையிடும் பாதிக்கப்பட்ட மக்களை காப்பாற்றத் தான் என்னைப் போன்றோர்கள் இருக்கிறார்கள்' என்று ரஜினி பேசும் வசனம் அவரது ஆன்மிக அரசியலின் தாக்கம்தான் என்பதை உணரவேண்டும்.

90களுக்குப் பிறகு, ரஜினியின் ஆன்மிக அரசியல் வீரியமடைந்தது. இன்னும் சொல்லப் போனால், அவரது அரசியல் ஆசையும், ஆன்மிக உணர்வும் ஒருங்கிணைந்து வெளிப்பட்டது. அண்ணாமலை, வள்ளி, அருணாச்சலம், படையப்பா, பாபா என அவரது படங்களுக்கு கடவுள் பெயர்கள் வைக்கப்பட்டது தற்செயலான நிகழ்வுகள் அல்ல. ரஜினிக்கு ஆன்மிகத்தின்மீது இருக்கும் அபிமானத்தை வெளிப்படுத்தும் விதமாகவே, அந்தத் தலைப்புகள் இருப்பதை நாம் புரிந்துகொள்ள முடியும்.

ரஜினியே கதை எழுதி, தயாரித்து வெளியான திரைப்படம் வள்ளி. படத்தில் அவ்வப்போது தோன்றி மக்களுக்கு அறிவுரை சொல்லி விட்டுச் செல்வார் ரஜினிகாந்த். ரஜினிகாந்த் தோன்றி கருத்து சொல்லும் ஒவ்வொரு காட்சியையும் கைதட்டி ரசித்தனர் ரசிகர்கள். அப்படி ரஜினி சொன்ன ஒரு வசனம் இன்றைய காலகட்டத்திற்கும் பொருந்தக்கூடிய ஓர் ஆன்மிகச் செய்தி.

ராமர் கோயில், பாபர் மசூதி குறித்து இரு தரப்பினரையும் மனதில் வைத்து ரஜினி அறிவுரை கூறும் காட்சி ஒன்று அந்தப் படத்தில் வரும். இந்த வசனம் மட்டுமில்லாமல், அந்தப் படத்தில் அவர் பேசும் ஒவ்வொரு வசனத்தையும் ஓர் ஆன்மிக ஞானி சொல்வது போலவே காட்டப்பட்டிருக்கும். அவர் பேசி முடிக்கும்போது, இளையராஜா அமைத்திருக்கும் பின்னணி இசையைக் கவனித்தாலே, அந்த நுட்பத்தைப் புரிந்துகொள்ளமுடியும்.

'முத்து' படத்திலும் அப்பா ரஜினியாக வருபவரின் கதாபாத்திரம் முற்றும் துறந்த துறவிபோல் வடிவமைக்கப்பட்டிருக்கும். பின்னாளில் நடக்கப் போவதை முன் கூட்டியே அறிந்துணரும் ஞானியைப்போல் ரஜினி பேசுவார். இது போன்ற காட்சிகள், கதாபாத்திரத் தேர்வுகள் எல்லாம் ரசிகர் மனதில் ரஜினியின் ஆன்மிக உணர்வைக் கடத்துவதற்கான கடத்திகளாகப் பயன் பட்டது.

ரஜினிகாந்த் தன்னுடைய வாழ்க்கையை வடிவமைப்பது ஆண்டவன்தான் என்பதை ரசிகர்களிடம் தெரிவித்துக்கொண்டே இருப்பார். உழைப்பாளி படத்தில், 'நேற்று கூலி, இன்று நடிகர், நாளை நான் யார்?' என்பது ஆண்டவனுக்குத்தான் தெரியும்' என்று ரஜினி பேசுவார். ரஜினி பேசும் இந்த பன்ச் வசனத்தின் அர்த்தம் மிகவும் வெளிப்படையானது. நாளை நான் அரசியலுக்கு வந்தால்கூட, அதற்குக் காரணம் ஆண்டவன் கட்டளைதான் என்பதைத்தான் அந்த வசனம் குறிப்பால் உணர்த்துகிறது.

'பாட்ஷா' படத்தில், 'உன் வாழ்க்கை உன் கையில்' என்ற வாசகத்தை ஆட்டோவில் எழுதியிருப்பார் ரஜினி. அப்போது நக்மா, 'உங்களுக்கு கடவுள்மீது நம்பிக்கை இல்லையா?' என்று கேட்பார். அதற்கு ரஜினிகாந்த் பதறிப்போய்,'கடவுள் நம்பிக்கை இருக்கிறது' என்று சொல்வார். அதே படத்தில், 'நல்லவங்கள ஆண்டவன் சோதிப்பான்' என்று ரஜினி பேசும் வசனங்களை யெல்லாம் கடவுள் நம்பிக்கையே இல்லாத ரசிகர்கள் கூட உச்சரித்துக் கொண்டேயிருந்தார்கள் என்பதை நாடறியும்.

96ம் ஆண்டு தேர்தல் பரப்புரையில் ரஜினியின் அரசியல் ஆலோசகர் சோவின் அறிவுரையின்படி, திமுக, தமாகா கூட்டணியை ஆதரித்து பரப்புரை செய்தார். அப்போது, ரஜினிக்கே உரிய ஆன்மிக மொழியில், 'ஜெயலலிதா மீண்டும் ஆட்சிக்கு வந்தால், ஆண்டவனால்கூட தமிழகத்தைக் காப்பாற்ற முடியாது' என்று கூறினார்.

தமிழக அரசியல் களத்தைப் பொறுத்தவரை, மிகவும் வெளிப் படையாக ஆண்டவன் பெயரை பயன்படுத்தமாட்டார்கள். ஆனால், ரஜினி தேர்தல் களத்திலேயே ஆண்டவன் பெயரை அடிக்கடி பயன்படுத்தினார். அது மட்டுமல்ல, அவரது அடுத்த படமான அருணாச்சலத்தில், 'ஆண்டவன் சொல்றான் அருணாச்சலம் செய்றான்' என்றும் பன்ச் டயலாக் பேசினார்.

‘அருணாச்சலம்’ படத்தின் திருப்பு முனைக்காட்சிக்கு காரணமாக இருப்பவர் யார் தெரியுமா? ஆஞ்சநேயர். ஆம். ஒரு குட்டிக் குரங்குதான் ரஜினிகாந்திற்கு இக்கட்டான நேரத்தில், சரியாக வழிகாட்டும். சரியான நேரத்தில் அந்தக் குரங்கு, ரஜினியின் ருத்திராட்ச மாலையை பறித்துச் செல்லாவிட்டால், ரஜினியின் வாழ்க்கையே கேள்விக்குறியாக மாறியிருக்கும். ரஜினியின் வாழ்க்கையில் மிகப்பெரும் திருப்பத்தை அந்த ருத்திராட்ச மாலையும், அந்த குரங்கு வடிவில் வந்த ஆஞ்சநேயரும்தான் ஏற்படுத்தியிருப்பார்கள். இது போன்ற காட்சிகள் மூலம் தன்னுடைய ஆன்மிக அரசியலுக்கான அறிகுறிகளை அவ்வப் போது ரஜினி வெளிப்படுத்திக்கொண்டே இருந்தார்.

பாபா, ரஜினிகாந்தின் ஆன்மிக அரசியலை பகிரங்கமாக எடுத்துச் சொன்ன திரைப்படம். இந்தப் படத்தில் அரசியலா அல்லது ஆன்மிகமா? என்று ரஜினி குழம்புவார். அப்போது, பாபாவின் ஆசியுடன் அரசியலுக்கு வரவேண்டும் என்பதையே ஆண்டவன் விரும்புகிறார் என்ற செய்தியைச் சொல்லி படம் முடியும். ஆம். கடவுள் நம்பிக்கையில்லாத ரஜினிகாந்திற்கு பாபாவின் அருள் கிடைக்கும். ஆண்டவன் ஆசி பெற்ற அந்தக் குழந்தை, குறிப்பிட்ட பருவத்தில் ஆன்மிகவாதியாகவும், அரசியல் வாதியாகவும் மாறுவார் என்பதை அவர் பிறக்கும்பொழுதே எழுதப்பட்டுவிட்டது என்பதைத்தான் ரசிகர்களுக்கு சூசகமாக சொல்லியிருப்பார் ரஜினிகாந்த்.

‘பாபா’ படத்தில் உடற்பயிற்சி குறித்து ரஜினிகாந்த் சமஸ்கிருதத்தில் விளக்குவதுபோல் ஒரு காட்சி இருக்கும். படையப்பா படத்திலும் பெண்கள் எத்தனை வகைப்படுவர் என்பதை சமஸ்கிருதத்தில் தன் நண்பர்களுக்கு விளக்குவார். தமிழ் சினிமா வரலாற்றிலேயே கதாநாயக பிம்பம் கொண்ட ஒருவர், இந்த அளவிற்கு சமஸ்கிருதத்துக்கு முக்கியத்துவம் கொடுத்து பேசியதே இல்லை. இதுபோன்ற அம்சங்களை தனது பிற்கால படங்களில் ரஜினி சேர்த்துக் கொண்டதிலிருந்தே அவரது ஆன்மிக அரசியல் பளிச்சிடுகிறது.

தமிழ் சினிமாவில் அதிகமாக புராண படங்களில் நடித்தவர் சிவாஜி கணேசன். ஆனால், அவருடைய படத்தில்கூட சமஸ்கிருதத்திற்கு முக்கியத்துவம் கொடுத்ததில்லை. சிவாஜி நடித்த ஆன்மிகப் படங்கள் கூட திராவிட எல்லைக்குள் நின்று தமிழ் கடவுள் பெருமைகளை மட்டுமே பேசின. அந்தப் படங்கள் திராவிட

மரபுக்கு மாற்றான பிரச்சாரத்தை மேற்கொள்ளவில்லை. ஆனால், ரஜினிகாந்த் நடித்த சமூகப் படங்கள்கூட திராவிட கலாச்சாரத்திற்கு மாற்றான ஆன்மிக அரசியலைப் பேசியது என்பதை கவனிக்க வேண்டும்.

தன்னுடைய திரைவாழ்க்கைக்கு அப்பால், பொது மேடைகளில் பேசும்பொழுதுகூட, தன்னுடைய ஆன்மிக உணர்வை வெளிப்படுத்திக் கொண்டேயிருப்பவர் ரஜினிகாந்த். இமயமலை, பாபா என தன்னுடைய ஆன்மிக அடையாளங்களை சொல்லிக் கொண்டே இருப்பார். தனது ரசிகர்களுக்கு குட்டி கதைகள் சொல்லும் போதுகூட ஆன்மிக கதைகளையே அதிகம் பேசுவார். மேற்கத்திய தத்துவங்களைப்பற்றி பேசும்பொழுதுகூட, ஆன்மிகத் தாக்கம் பெற்ற வாசகங்களையே மேற்கோள்காட்டி பேசுவார் ரஜினிகாந்த்.

காவிரி பிரச்னைக்காக உண்ணாநிலை இருந்தபோதுகூட, அவரது ஆன்மிக குருவான பாபா படத்தை வைத்துதான் உண்ணாநிலை இருந்தார். தமிழக அரசியலின் அடையாளங்களாக மாறிப் போன பெரியார், காமராஜர், அண்ணா போன்ற தலைவர்களின் படங்கள் எதுவும் இடம்பெறாமல், பாபா படத்தை மட்டும் தனது அரசியல் மேடையில் முன்னிறுத்தியிருந்தார். அப்படியொரு அரசியல் மேடையை தமிழகம் அதற்கு முன்பு கண்டதில்லை. தமிழக அரசியலின் அடையாளங்களை மாற்ற முயற்சிப்பதில் ரஜினியின் ஆன்மிக அரசியலுக்கு முக்கிய பங்கு உண்டு.

ஆன்மிகம் என்பது ரஜினி முன்னெடுக்கப் போகும் கருத்தியல். அந்த தளத்தில்தான் பயணிப்பேன் என்பதை ரஜினிகாந்த் வெளிப்படையாக கூறிவிட்டார். இந்த நிலையில் அவர் கூறும் ஆன்மிக அரசியல் வெளிப்பட்ட தருணங்களைப் பார்த்தோம். தற்போது தேர்தல் அரசியலில் அவர் தடம்பதிக்க ஆயத்தமாக இருக்கும் நேரத்தில், அவரை தேர்தல் அரசியல் நோக்கி இழுத்து வந்த சம்பவம் எது? தேர்தல் அரசியலுக்குள் அவரது பெயர் அடிபடுவதற்குக் காரணமான சம்பவம் எது? ரஜினி முதன் முறையாக வெளிப்படையாக அரசியல் பேச, தேர்தல் குறித்து பேச காரணமாக இருந்தவர் யார்? எந்த தருணத்தில் ரஜினிகாந்த் என்னும் அரசியல்வாதி வெளிப்பட்டார் என்பதை அடுத்த அத்தியாயத்தில் விரிவாகக் காண்போம்.

5

ரஜினி அரசியலுக்குக் காரணம் ஜெயலலிதாவா, பாட்ஷாவா?

'நான் ஒரு தடவை சொன்னா நூறு தடவை சொன்ன மாதிரி!'

கால் நூற்றாண்டுக்கு முன்பு, ரஜினிகாந்தின் இந்த பன்ச் டயலாக்கை பேசிக் காட்டாத மழலைகளே கிடையாது. பள்ளி சிறுவர்கள்முதல் பெரியவர்கள்வரை அனைவரும் தங்கள் வாழ்நாளில் ஒரு முறையாவது, இந்த வசனத்தை உச்சரித்திருப் பார்கள். ரஜினிக்கென்று எழுதப்பட்ட வசனம் என்றுகூட சொல்லலாம்.

இன்று விஜய், அஜீத் போன்ற முன்னணி நடிகர்கள் தன்னை முன்னிலைப்படுத்திப் பேசும் பன்ச் டயலாக்குகளுக்கெல்லாம் முன்னோடி டயலாக் என்றால், அது பாட்ஷாவில் ரஜினி பேசிய இந்த வசனம்தான். படத்தின் இடைவேளையில், சாதுவாக இருந்த ரஜினி தனது ஆக்ரோஷமான ஆக்ஷன் முகத்துடன் சொல்லும் இந்த டயலாக், படத்தின் இரண்டாம் பாகம் எப்படி இருக்கப் போகிறதோ? என்ற எதிர்பார்ப்பை ஏற்படுத்தியது.

இப்போதுபோல், அடிக்கடி படத்தின் காட்சிகளை வெளியிடும் தனியார் தொலைக்காட்சிகளோ, பாடல்களை விரல் நுனியில்

தரும் அலைபேசிகளோ இல்லாத காலம். படத்திற்குச் சென்று மட்டுமே ரஜினியைப் பார்க்க முடியும். அதுபோன்றதொரு காலகட்டத்தில் பாட்ஷா படத்தை குறைந்தது மூன்று முறையாவது அவரது ரசிகர்கள் பார்த்திருந்தனர். அந்த அளவிற்கு, 95ம் ஆண்டின் தொடக்கம் என்பது பாட்ஷா பொங்கலாக தமிழகத்தில் இருந்தது.

இன்று தர்பார் வெளியான களிப்பில் ரசிகர்கள் இருக்கிறார்கள். ஆனால், 25 ஆண்டுகளுக்கு முன்பு இதே போன்றதொரு பொங்கல் கொண்டாட்டத்தில்தான் பாட்ஷா வெளியானது. ஆனால் இப்போது, ரஜினி அரசியலுக்கு வருவாரா? பேட்டையில் என்ன அரசியல் பேசியிருக்கிறார்? தர்பார் என்று பெயர் வைத்ததன் பின்னணி என்ன என்று பல்வேறு கேள்விகள் பொதுத்தளத்தில் எழுப்பப்படுகிறது.

இந்தக் கேள்விகள் எல்லாம் இன்றளவும் எழுப்பப்படுவதற்கு தொடக்கப்புள்ளி வைத்த நிகழ்வு எது தெரியுமா? பாட்ஷா பட வெற்றி விழா. ஆம். பாட்ஷா பட வெற்றி விழாவில் ரஜினி பேசிய பேச்சுதான், இன்றுவரை அரசியலில் அவர் பெயர் அடிபடுவதற்கு முக்கிய காரணம். அந்தவகையில், பாட்ஷா திரைப்படம் ரஜினியின் சினிமா வாழ்க்கையில் மட்டுமல்ல, ரஜினிக்கு ஓர் அரசியல் முகம் கொடுத்ததிலும் முக்கிய பங்கு வகிக்கிறது.

'எனக்கு இன்னொரு பெயர் இருக்கு' என்று ரஜினி பாட்ஷா படத்தில் பேசுவதுபோல் ஒரு வசனம் வரும். ரஜினி ரசிகர்களுக்கு,இந்தக் காட்சியை எத்தனைமுறை பார்த்தாலும் சலிப்பு தட்டாது. அந்த அளவிற்கு காட்சி முழுவதும் விறுவிறுப்பு இருக்கும். எதிர்பார்ப்பு இருக்கும். அது மட்டுமல்லாமல், தனது தங்கை யுவராணி, 'அண்ணே உள்ளே என்ன சொன்னீங்க' என்று கேட்கும்பொழுது, 'உண்மையைச் சொன்னேன்மா' என்று ரஜினி சொல்லும் பாடி லாங்குவேஜை இப்போது வரும் படங்களிலும் காப்பியடித்துக் கொண்டிருக்கிறார்கள்.

அந்தக் காட்சியில், ரஜினியை ஆரம்பத்தில் மிரட்டும் வில்லன், பிறகு, 'நீங்க எவ்வளவு பெரிய ஆளு, அண்ணே ஒரு சீட்டு என்னன்னே, எத்தனை சீட்டு வேணாலும் எடுத்துக்கோங்க. இந்த காலேஜே உங்களுதுதான்' என்று பேசுவார். இது ரஜினிகாந்தை மிகப்பெரிய ஆளுமையாக சித்தரித்து உருவாக்கப்பட்ட காட்சி. இதற்கு ரசிகர்கள் மத்தியில் பெரிய வரவேற்பு கிடைத்தது. இதற்குப் பிறகு வந்த அனைத்துப் படங்களிலும், நேரடியாகவே ரஜினியின் அரசியல் பன்ச் இடம்பெற ஆரம்பித்தது.

பாட்ஷா படத்திற்கு முன்பு வெளிவந்த 'அண்ணாமலை' திரைப் படத்திலேயே, ரஜினிகாந்த் அரசியல் வசனம் பேசிவிட்டார். ஜெயலலிதா ஆட்சிக் காலத்தில், ரஜினி பேசிய அரசியல் வசனம் அது. 'நான் பாட்டுக்கு என் வழியிலே போய்ட்டிருக்கிறேன் என்னை சீண்டாதீங்க' என்று ரஜினிகாந்த் பேசும் வசனம் அப்போதைய முதலமைச்சர் ஜெயலலிதாவை எதிர்த்துப் பேசியதாகவே அரசியல் களத்தில் புரிந்துகொள்ளப்பட்டது. அப்படி ரஜினி பேசவேண்டிய அவசியமென்ன? எதற்காக ஜெயலலிதாவை பகைத்துக் கொள்ள வேண்டும்? என்ற கேள்விகள் எழலாம். இந்தக் கேள்விகளுக்கு விடை தேடி பயணித்தால், ஜெயலலிதா முதன் முறையாக முதலமைச்சரான காலகட்டத்திற்கு நாம் செல்லவேண்டும்.

ரஜினிகாந்தின் இல்லமும், முதலமைச்சர் ஜெயலலிதாவின் இல்லமும் போயஸ் கார்டனில் அருகருகே அமைந்திருக்கிறது. முதலமைச்சர் ஜெயலலிதாவின் வாகனம் வரும்பொழுதெல்லாம், ரஜினிகாந்த் காத்திருக்க வேண்டிய நிலை ஏற்பட்டது.

ஒருமுறை எரிச்சலடைந்த ரஜினிகாந்த், காரிலிருந்து இறங்கி வீட்டிற்கு நடந்து சென்றதாக செய்தி பரவியது. ரஜினி ரசிகர்களுக்கும், அதிமுகவிற்கும் இடையே நடைபெற்ற மோதலுக்கான தொடக்க புள்ளி அந்த சம்பவம்தான்.

'அண்ணாமலை' படத்தில், அரசியல்வாதியான வினுசக்ர வர்த்திக்கு அரசியல் வகுப்பு எடுப்பார் ரஜினி. அந்த வசனம், ஜெயலலிதாவை எதிர்த்து ரஜினி பேசிய வசனமாகவே, ரஜினி ரசிகர்களால் புரிந்துக் கொள்ளப்பட்டது.

'பாட்ஷா' படத்திற்கு அடுத்து வந்த 'முத்து' படத்தில்கூட ரஜினிகாந்தின் அரசியல் வசனம் இருக்கும். அந்தப் படத்தில் வரும், 'எப்போ வருவேன், எப்படி வருவேன்னு தெரியாது. ஆனால், வரவேண்டிய நேரத்தில் கரெக்டா வருவேன்' என்ற வசனம்தான் ரஜினி அரசியலுக்கு வருவார் என்று ரசிகர்களுக்கு நம்பிக்கையை ஏற்படுத்திய முதல் அரசியல் பன்ச்சாக எடுத்துக் கொள்ளலாம். அதற்கு முன்பு, பேசிய வசனங்களைவிட, ஜெயலலிதா எதிர்ப்பு அரசியல் ஓடிக்கொண்டிருக்கும்பொழுது, ரஜினி பேசிய இந்த வசனம் ரசிகர்களால், மிகவும் ரசிக்கப்பட்டது. 'முத்து' படத்தில் தொடங்கிய இந்த அரசியல் பன்ச் வசன வரலாறு 'தர்பார்'வரை தொடர்கிறது.

‘பாட்ஷா’ படத்திற்கு முன்னரே, அதிமுக தொண்டர்களுக்கும், ரஜினி ரசிகர்களுக்குமிடையே, ஆங்காங்கே மோதல் வெடித்தது. ‘அண்ணாமலை’ படத்தில் ரஜினி பேசும் அரசியல் வசனம் சர்ச்சையை கிளப்ப, அண்ணாமலை சுவரொட்டிகள் கிழிக்கப் பட்டன. இந்த சுவரொட்டி பிரச்னை ரஜினி ரசிகர்களை தூண்டிவிட்டது. இருப்பினும், ரஜினி வெளிப்படையாக அதிமுகவை எதிர்த்து எந்த அறிக்கையும் கொடுக்கவில்லை. அந்தத் தருணத்தில் ‘வள்ளி’ என்ற தனது சொந்த படம் எடுப்பதில் தீவிரமாக இருந்தார்.

ஜெயலலிதா ஆட்சிக்கு வந்த காலத்திலிருந்து, அவ்வப்போது ஆங்காங்கே சிறு சிறு உரசலாக இருந்து வந்த ரஜினி, ஜெயலலிதா மோதலுக்கு ‘பாட்ஷா’ பட வெற்றி விழா மேடை அமைத்துத் தந்தது. பாட்ஷா பட வெற்றி விழாவின்போது, பம்பாய் திரைப்படம் வெளிவந்திருந்தது. அந்தப் படத்திற்கு அடிப்படை வாதிகளிடம் இருந்து அச்சுறுத்தல் வந்திருந்தது. அது மட்டுமல்ல, படத்தின் இயக்குநர் மணிரத்னத்தின் வீட்டின் முன்பு வெடி குண்டு வெடித்தது. இந்த சம்பவம், தமிழகத்தில் பரபரப்பாகப் பேசப்பட்டது.

இந்த நிலையில்தான், ரஜினிகாந்த் பாட்ஷா வெற்றி விழாவில் பரபரப்பைப் பற்ற வைக்கும் கருத்தைத் தெரிவித்தார்.

‘தமிழகத்தில் வெடிகுண்டு கலாச்சாரம் அதிகரித்து விட்டது. இதற்கு உடனே முற்றுப்புள்ளி வைக்காவிட்டால், தமிழ்நாடு சுடுகாடாகி விடும்’ என்று ரஜினிகாந்த் பேசினார். அந்தப் பேச்சு, அப்போதைய ஜெயலலிதா அரசை விமர்சிக்கும் வண்ணம் அமைந்துவிட்டது. ரஜினியைப் பொருத்தவரை, நடப்பு சூழலையும் பேசிவிட்டார். அதேசமயம், ஜெயலலிதா அரசை மறைமுகமாக விமர்சிக்கவும் வாய்ப்பாகவும் அந்த மேடையைப் பயன்படுத்திக் கொண்டார்.

ரஜினிக்கு ஒருவகையில் மனதிருப்தி ஏற்பட்டிருக்கலாம். ஆனால், ரஜினிகாந்தை வைத்து, பாட்ஷா படத்தைத் தயாரித்த ஆர்.எம். வீரப்பனுக்கு ரஜினியின் பேச்சு சோதனையை ஏற்படுத்திவிட்டது. ஆர்.எம்.வீரப்பன் அப்போது ஜெயலலிதா அமைச்சரவையில், அமைச்சராக இருந்தார். அவரை மேடையில் வைத்துக்கொண்டே, ரஜினிகாந்த், ஜெயலலிதா அரசை விமர்சித்துப் பேசியது சர்ச்சையானது. அதன் பிறகு, ஆர்.எம்.வீரப்பன் அமைச்சர் பதவியிலிருந்து நீக்கப்பட்டார்.

ஆர்.எம். வீரப்பனின் அமைச்சர் பதவி போனதற்கு, தன்னுடைய பேச்சுதான் காரணம் என்றெண்ணிய ரஜினிகாந்த், அதற்கு வருத்தம் தெரிவித்து அறிக்கை ஒன்றினை வெளியிட்டார். அதாவது தனது நண்பர் ஆர்.எம்.வீரப்பனின் பதவி பறிபோனதற்கு நான் காரணமாகி விட்டேனே என்ற வருத்தத்தை ரஜினிகாந்த் வெளிப் படுத்தியிருந்தார்.

அதிமுக அமைச்சரவை மாற்றம் குறித்து, நடிகர் ரஜினிகாந்த் அறிக்கை வெளியிட்டதை அதிமுகவினர் விரும்பவில்லை. ஜெயலலிதா அரசின் அமைச்சரவை மாற்றம் குறித்து கருத்து தெரிவிக்க ரஜினிகாந்த் யார்? என்று அதிமுக தொண்டர்கள் கோபமுற்றனர். அமைச்சர்கள் எஸ்.டி.எஸ் மற்றும் செங்கோட்டையன் போன்றோர் ரஜினிகாந்திற்கு கடுமையான கண்டனங்களை பதிவு செய்தனர்.

இந்த இடத்தில் ரஜினிகாந்திற்கும், ஆர்.எம். வீரப்பனுக்கு மிடையேயான நட்பை தெரிந்துகொள்ளவேண்டும். 'பாட்ஷா' படத்திற்கு முன்பே, ரஜினியை வைத்து, ராணுவ வீரன், தங்க மகன், பணக்காரன் போன்ற வெற்றிப் படங்களை எடுத்தவர் ஆர்.எம். வீரப்பன். அதுவும், ராணுவ வீரன் மிக முக்கியமான அரசியல் பேசும் படம்.

எம்ஜிஆர் ஆட்சியில் நடைபெற்ற நக்சல் அழிப்பு நடவடிக்கையை ஆதரித்து, சத்யா மூவிஸ் தயாரிப்பில், ரஜினிகாந்த் நடிப்பில் வெளிவந்த படம்தான் ராணுவ வீரன். மனித உரிமை அமைப்பு களும், இடதுசாரி சிந்தனையாளர்களும் எம்ஜிஆர் அரசை விமர்சித்து வந்த அந்தவேளையில், எம்ஜிஆர் அரசின் செயல் பாட்டை நியாயப்படுத்தும் விதமாக வந்த படம் ராணுவ வீரன். அந்தப் படத்தின் நாயகன் ரஜினிகாந்த் என்பதையும் கடந்த அத்தியாயங்களில் பார்த்தோம். ராணுவ வீரன் வெளிவந்த காலகட்டத்திலிருந்தே ஆர்.எம்.வீரப்பனும் ரஜினிகாந்தும் நல்ல நண்பர்கள்.

அதிமுக ஜா அணி, ஜெ அணி என்று பிளவு பட்டு நின்றபோது, ஜானகி பக்கம் நின்று ஜெயலலிதாவை கடுமையாகச் சாடியவர் ஆர். எம்.வீரப்பன். அதற்கும் முன்னால், எம்ஜிஆர் ஆட்சி காலத்திலும், ஜெயலலிதாவிற்கு எதிர் நிலை எடுத்துச் செயல்பட்டவர் இந்த ஆர்.எம்.வீரப்பன். பின்னர், ஜானகி அணி ஜெ அணி இணைந்த பிறகும்கூட, ஆர்.எம்.வீரப்பன் ஜெயலலிதா

தலைமையை ஏற்கவில்லை. பிறகு, 'காலத்தின் கட்டளை' எனக் குறிப்பிட்டு தன்னை ஜெயலலிதா தலைமையில் இணைத்துக் கொண்டார்.

அந்த ஆர்.எம்.வீரப்பன்தான், தற்போது பாட்ஷா பட வெற்றி விழாவில் ரஜினிகாந்தின் பேச்சு மூலம் மீண்டும் கட்சியிலிருந்து அந்நியப்படுத்தப்பட்டிருக்கிறார். அதே 95ம் ஆண்டு, அக்டோபர் 17ம் நாள்,' எம்ஜிஆர் கழகம்' என்ற பெயரில் புதுக் கட்சி ஆரம்பித்தார். அதன் பிறகு, அவர் அதிமுகவில் இணையவே இல்லை. ஆகவே, ஆர்.எம்.வீரப்பனைப் பொருத்தவரை, பாட்ஷா பட வெற்றி விழாவில், ரஜினிகாந்தின் பேச்சு அவரது அரசியல் வாழ்வில் பெரும் தாக்கத்தை ஏற்படுத்திய நிகழ்வாக அமைந்து விட்டது.

தனது 25 ஆண்டு கால நண்பரான ஆர்.எம்.வீரப்பனுக்கு பதவி போனதற்கு, தான் காரணமாகி விட்டோமா! என்று ரஜினிக்கு வருத்தம் இருந்தது. அவர் பதவியைப் பறித்த ஜெயலலிதாவின்மீது ரஜினிக்கு கோபம் இருந்தது. இந்தச் சூழலில்தான், ரஜினிகாந்திற்கு ஜெயலலிதா தலைமையில் நடைபெறும் அரசு விழாவில் நன்றியுரை வழங்கக்கூடிய வாய்ப்பு கிடைத்தது.

நடிகர் திலகம் சிவாஜி கணேசன், செவாலியே விருது வாங்கியதற்கான பாராட்டு விழா நிகழ்ச்சிதான் அது. அந்த விழாவில் ரஜினி பேசிய பேச்சு, ஜெயலலிதாவிற்கும் ரஜினிக்கும் இடையே நடக்கும் பனிப்போரை அப்பட்டமாக வெளியுலகிற்கு காட்டியது. இந்த நிகழ்ச்சிக்கு முன்பு, திரைப்படத்துறையினர் படப்பிடிப்பு நடத்துவதற்காக திரைப்பட நகரம் உருவாக்கப் பட்டது. சென்னையில் உருவாக்கப்பட்ட நகருக்கு ஜெ.ஜெ.நகர் என அன்றைய முதலமைச்சர் ஜெயலலிதா பெயர் சூட்டியிருந்தார். இந்த நிலையில்தான், சிவாஜிக்கான பாராட்டு விழாவில் ரஜினிகாந்த் பேச அழைக்கப்பட்டார்.

'திரைப்பட நகருக்கு, ஜெ.ஜெ. திரைப்பட நகர் என்று பெயர் வைக்கப்பட்டிருக்கிறது. நியாயப்படி பார்த்தால், சிவாஜி பெயரைத்தான், அந்த திரைப்பட நகருக்கு வைத்திருக்க வேண்டும். பரவாயில்லை, இப்போது செவாலியே பட்டம் பெற்ற சிவாஜிக்கு பாராட்டு விழா எடுத்ததன் மூலம், அந்தக் குறையை நீக்கிவிட்டீர்கள்' என்று ஜெயலலிதாவை வைத்துக்கொண்டே ரஜினிகாந்த் அந்த விழாவில் பேசினார். மேலோட்டமாகப் பார்த்தால், ஜெயலலிதாவைப் பாராட்டுவது போல்

தோன்றினாலும், நுட்பமாகக் கவனித்தால், கூர்மையாக ஜெயலலிதாவை அவர் விமர்சனம் செய்திருப்பது புரியும்.

திரைப்பட நகருக்கு, 'ஜெ.ஜெ. நகர்' என்று பெயர் வைத்திருந்ததை திமுக கடுமையாக சாடி பேசி வந்தது. இந்நிலையில், திமுகவின் விமர்சனத்தையே, ரஜினியும் பேசியிருப்பதாக ஜெயலலிதா உணர்ந்தார். ஜெயலலிதாவிற்கும் ரஜினிக்கும் வெளிப்படை யாகவே மோதல் தொடங்கிவிட்டது.

'பாட்ஷா' பட வெற்றி விழாவில் ஜெயலலிதா ஆட்சியை விமர்சித்துப் பேசிய ரஜினி, சிவாஜிக்கு எடுக்கப்பட்ட விழாவில், நேரடியாகவே, ஜெயலலிதாவையே விமர்சித்து விட்டார்.

ரஜினிகாந்த், ஆர்.எம்.வீரப்பன், ஜெயலலிதா என மூவருக்குமே முக்கிய திருப்பத்தை ஏற்படுத்தக்கூடிய நிகழ்வாக, 'பாட்ஷா' திரைப்பட வெற்றி விழா அமைந்துவிட்டது.

'பாட்ஷா 'திரைப்படத்தை எடுத்துக் கொண்டோமானால், அந்த படத்தில் ஒரு காட்சியில்கூட அரசியல் நெடி இருக்காது. முழுக்க முழுக்க ரஜினிகாந்தின் வேகம், விறுவிறுப்பு, ஸ்டைல் என இந்த மூன்றை மட்டுமே மூலதனமாகக் கொண்டு உருவாக்கப்பட்ட படம் பாட்ஷா. அந்தப் படத்தின் ஒரே பலம் ரஜினிகாந்த் மட்டுமே. அதைத் தாண்டி, வேறு எந்த அரசியலும் அந்த படத்தில் கிடையாது.

'பாட்ஷா 'படத்திற்கு முன்பு, ரஜினி நடித்த திரைப்படங்களில் மறைமுகமாக ஜெயலலிதா அரசின், அதிகாரத்தை விமர்சிப்பது போன்ற பாடல் காட்சிகளும் வசனங்களும் வரும். ஆனால், அந்தப் படங்கள் எல்லாம் ஏற்படுத்தாத அரசியல் சர்ச்சையை, திருப்பத்தை 'பாட்ஷா' படம் ஏற்படுத்திவிட்டது.

2018ல் தை முதல்நாளில் வெளிவந்த 'பேட்ட' படத்தில்கூட ரஜினிகாந்த், 'உள்ளே போ' என்று தனக்கேயுரிய தோரணையில் பேசுவார். 'உள்ளே போ' என்று ரஜினி பேசும் வசனம், பாட்ஷா படத்திலிருந்து அப்படியே எடுக்கப்பட்டதுதான். அந்த பாட்ஷா வசனம்தான் 'பேட்ட' படம்வரை அப்படியே உயிர்ப்புடன் இருக்கிறது.

பாட்ஷா 'பட வெற்றி விழாவில் தொடங்கிய ரஜினி அரசியல், 96ம் ஆண்டு தேர்தலில் ரஜினிக்கு ஓர் அரசியல் முகத்தைக் கொடுத்தது. திமுக, தமாகா கூட்டணியை ஆதரிப்பதன் மூலம், தனது

ஜெயலலிதா எதிர்ப்பை வெளிப்படுத்தினார் ரஜினி. அந்தக் கூட்டணி வெற்றி பெற்றது.

பாட்ஷா தொடங்கி வைத்த 'ரஜினி வாய்ஸ் யாருக்கு?' என்ற கேள்வி அதற்கடுத்து வந்த அனைத்துத் தேர்தல்களிலும் தொடர்ச்சியாக ஒலித்துக்கொண்டேயிருக்கிறது. 'பாட்ஷா' தொடங்கி வைத்த இந்த அரசியல் மந்திரம், படையப்பா, பாபா, சிவாஜி, காலா, பேட்ட, தர்பார் என எல்லாவற்றையும் தாண்டி 'ரஜினியின் அரசியல் தர்பார் எப்போது?' என இப்போதுவரை கேள்வி எழுப்பக் கொண்டேயிருக்கிறது.

எல்லாவற்றிற்கும் ஒரு தொடக்கம் வேண்டும் என்று சொல்வார்களே! அந்தவகையில், ரஜினிகாந்தையும், அரசியலையும் இணைத்துப் பேசுவதற்கான தொடக்கப் புள்ளி வைத்த நிகழ்வு பாட்ஷா பட வெற்றிவிழா. ஜெயலலிதா முதன் முறையாக ஆட்சிக்கு வரும் போது, எதிர்பார்க்கப்பட்ட ரஜினியின் அரசியல் வருகை ஜெயலலிதா மறைந்த பிறகும் தொடர்ந்து கொண்டிருக்கிறது.

ரஜினி படங்கள் பேசிய அரசியலை பார்த்துவிட்டோம். ரஜினியிடம் வெளிப்படும் ஆன்மிக அரசியலின் அறிகுறிகளை ஆராய்ந்தோம். ரஜினிகாந்த் தேர்தல் களத்தில் முகம் காட்ட காரணமான நிகழ்வு எது? யாருடன் அவர் முதன் முதலில் மோதினார்? என்பதையும் பார்த்து விட்டோம்.

ரஜினிகாந்தை பாஜக இயக்குகிறது என்ற கருத்து சமீபகாலமாக அதிகரித்து வருகிறது. இந்த கருத்து உண்மையா? ரஜினியை பாஜக இயக்குகிறதா? பாஜகவை ரஜினி விரும்புகிறாரா? இந்த ரஜினி பாஜக பந்தம் எப்போது தொடங்கியது? என்பன போன்ற செய்திகள் அடுத்த அத்தியாயத்தில்.

6

தலைவர்... தர்பார்... தாமரை

ஜனவரி 14, 2020 துக்ளக் பத்திரிகையின் 50வது ஆண்டு விழாவில் நடிகர் ரஜினிகாந்த் பேசிய பேச்சு தமிழக அரசியல் களத்தில் பெரும் பரபரப்பு நெருப்பைப் பற்றவைத்தது. '71ம் ஆண்டு திராவிடர் கழகம் நடத்திய மூடநம்பிக்கை ஒழிப்பு பேரணியில், இந்துக் கடவுள்களான ராமரும் சீதா பிராட்டியும் அவமானப்படுத்தப் பட்டனர். அந்தக் கடவுள் சிலைகளுக்கு செருப்பு மாலை அணிவித்து ஊர்வலமாகக் கொண்டு வந்தனர். ராமர் சிலைக்கு செருப்பு மாலை அணிவித்து பெரியார் அந்தப் பேரணியை நடத்தினார். அந்தச் செய்தியைத் துணிச்சலாக வெளியிட்ட பத்திரிகை துக்ளக்' என்று ரஜினிகாந்த் பேசினார். ரஜினிகாந்தின் இந்தப் பேச்சிற்கு திராவிடர் கழகம் உட்பட பெரியாரிய அமைப்புகளிடமிருந்து கடுமையான எதிர்வினை வெளிப்பட்டது.

'ராமர் உருவத்திற்கு செருப்பு மாலை அணிவிக்கப்படவில்லை. பெரியார், ராமர் உருவத்தை செருப்பால் அடிக்கவில்லை. அந்தப் பேரணிக்கு எதிர்ப்பு தெரிவித்து, கருப்புக் கொடி காட்டிய ஜனசங்கத்தினர்தான் செருப்பை வீசினர். பெரியாரை அவமதிக்கும் விதமாக வந்த செருப்பைக்கொண்டு இந்து கடவுள் உருவங்களை தொண்டர்கள் அடித்தனர். ஆகவே, பெரியார் ராமரை

செருப்பாலடித்தார் என்று ரஜினி பேசியது உண்மைக்கு முரணான கருத்து. நடக்காத சம்பவத்தில் பெரியாரை தொடர்புபடுத்திப் பேசிய ரஜினிகாந்த் தனது பேச்சைத் திரும்பப்பெற வேண்டும் என்று திராவிடர் கழகம் உட்பட பெரியாரிய அமைப்புகள் கண்டனம் தெரிவித்தன.

ரஜினிகாந்தின் பேச்சுக்கு பாஜகவைத் தவிர, தமிழகத்திலுள்ள அனைத்துக் கட்சிகளும் கண்டனம் தெரிவித்தன. குறிப்பாக தேசிய முற்போக்கு திராவிட கழகத்தின் பொருளாளர் பிரேமலதா விஜயகாந்த் விடுத்த அறிக்கை மிக முக்கியமானது. 'ரஜினிகாந்தை யாரோ இயக்குகிறார்கள். ரஜினிகாந்த் வெறும் அம்புதான்' என்று பிரேமலதா விஜயகாந்த் கூறியிருந்தார். ரஜினிகாந்தை யாரோ இயக்குகிறார்கள் என்று பிரேமலதா யாரைக் குறிப்பிடுகிறார் என்பது வெளிப்படையாக எல்லோருக்கும் தெரிந்த செய்திதான். ஆம் பாஜகவின் கூட்டணிக் கட்சியாக இருக்கக்கூடிய பிரேமலதா விஜயகாந்தே பாஜகவை மறைமுகமாக விமர்சிக்கிறார்.

பிரேமலதா மட்டுமல்ல, பலரும் 'ரஜினிகாந்த் இயல்பாக பேசவில்லை. அவருக்கு யாரோ எழுதித் தந்துதான் பேசுகிறார்' என்றே குறிப்பிட்டனர். ரஜினிகாந்திற்கு பெரியார் என்றும் எதிரி அல்ல. பெரியார் வாழ்க்கை வரலாறு திரைப்படமாக வெளிவந்த போது, 'பெரியார் காலத்தில் நான் வாழவில்லையே! என்று ஏக்கம் கொள்கிறேன்' என்று, திராவிடர் கழகத்தலைவர் கி.வீரமணிக்கு ரஜினிகாந்த் மனம் நெகிழ்ந்து எழுதிய கடிதத்தை பலரும் சமூக வலைதளங்களில் பதிவிட்டனர்.

ரஜினிகாந்தின் நோக்கம் பெரியாரை விமர்சிப்பது அல்ல. துக்ளக்கை உயர்த்திப் பிடிப்பதுதான், அதனைத்தான் ரஜினிகாந்த் செய்தார். ஆனால், அவருக்கு யாரோ கொடுத்த அறிவுறுத்தலின் படி அவர் பேசுகிறார் என்பதாகவே தமிழக அரசியல் களத்தில் பலரும் சொல்லிக் கொண்டேயிருக்கிறார்கள்.

பாஜகதான் இயக்குகிறது என்பது அவர்களின் வாதம். பாஜகவிற்கும் ரஜினிகாந்திற்கும் இருக்கும் தொடர்பு இன்று நேற்று ஏற்பட்டதல்ல. ரஜினிகாந்த் வாழ்க்கையில் பாஜக என்ற கட்சி எப்போது நேரடியாகத் தொடர்பு கொண்டது? டில்லி அரசியலுக்கும் ரஜினிகாந்திற்குமான உறவு எப்போதிருந்து, எந்தக் காலகட்டத்திலிருந்து தொடங்கியது? என்பதை ஆராய்ந்தால், ரஜினிகாந்தின் அரசியல் பின்னணி குறித்த தெளிவான புரிதல் ஏற்படும்.

தமிழகத்தில், காமராஜர் தொடங்கி ஜெயலலிதாவரை எந்த அரசியல்வாதியும் பெரியாரை விமர்சித்து அரசியல் செய்தது கிடையாது. பெரியாரின் கொள்கைகளுக்கு முதன்மையான எதிரி மூதறிஞர் ராஜாஜி. அந்த ராஜாஜிகூட, பெரியாரை சென்னை மாகாணத்தின் முதலமைச்சர் (அப்போது அதற்கு பிரீமியர் பதவி என்று பெயர்) பொறுப்பை ஏற்றுக்கொள்ளுமாறு கேட்டுக் கொண்டிருக்கிறார். கருத்தியல் அடிப்படையில் முரண்பட்டாலும், பெரியாரின் நேர்மை மீதும், நிர்வாகத்திறன்மீதும் ராஜாஜிக்கு மிகுந்த நம்பிக்கை உண்டு.

காங்கிரசின் மற்றொரு முதலமைச்சராக இருந்த ஓமந்தூர் ராமசாமி ரெட்டியாரும் பெரியார்மீது மரியாதை கொண்டவர். தமிழகத்தின் தேர்தல் அரசியலில் கோலோச்சியவர்கள், தேசிய இயக்கத்தைச் சேர்ந்தவர்களாக இருந்தாலும் சரி, திராவிட மரபைச் சேர்ந்தவர்களாக இருந்தாலும் சரி பெரியாருடன் நல்ல நட்பு பாராட்டினர் என்பதே வரலாறு.

பெரியாரின் கருத்தியலை பிரிவினைவாத சிந்தனை என்று விமர்சித்து பேசிய இடதுசாரி தலைவர்கள் அனைவரும் பெரியார் மீது பற்றுக் கொண்டவர்கள்தான். பெரியாரை கடுமையாக விமர்சித்த ப.ராமமூர்த்தி, ஜீவானந்தம் போன்ற தலைவர்கள் பெரியாரின் தலைமையில் திருமணம் செய்துகொண்டவர்கள். ராமமூர்த்திக்காகவும், ஜீவானந்தத்திற்காகவும் தேர்தல் வேலையில் ஈடுபட்டவர் பெரியார்.

தமிழக அரசியலில், ராஜாஜியின் சுதந்திரா கட்சி, கம்யுனிஸ்ட் இயக்கம் போன்ற கட்சிகள் பெரியாருடன் கருத்தியல் சமர் செய்தன. ஆனால், பெரியாருடன் நட்பை பேணின. இதுதான் தமிழக தேர்தல் அரசியல் களத்திற்கும் பெரியாருக்குமுள்ள தொடர்பு.

இந்த வரலாற்றுப் புரிதலுடன் ரஜினிகாந்தின் அரசியலை அணுக வேண்டும். ரஜினிகாந்த் நேரடியாக இதுவரை பெரியாரை விமர்சனம் செய்தது இல்லை. தனது பேச்சு பெரியாரை விமர்சிப்பது போன்ற தோற்றத்தைக் கொடுத்தாலும், ரஜினிகாந்த் உடனடியாக மறுத்து விடுவார். அதற்கு ஒரு சம்பவத்தை இங்கு நினைவு கூரலாம். பாபா படத்தில், 'நாத்திக பெரியார் ஆத்திக ராஜாஜி ஆனதென்ன!' என்று ஒரு பாடல் வரி வரும். இந்த வரிகளுக்கு திராவிடர் கழகத்தின் சார்பில் எதிர்ப்பு தெரிவிக்கப் பட்டது. உடனடியாக, பெரியார் குறித்து வரும் அந்த வரிகளை

நீக்கச் சம்மதித்தார் ரஜினிகாந்த். இப்போதும், பாபா திரைப் படத்தைப் பார்க்கும்பொழுது, அந்த வரிகளை யாராலும் கேட்க முடியாது.

ஆனால், ரஜினிகாந்த் பேசும் ஆன்மிக அரசியல் பாஜகவின் கருத்தியலுக்கு வலுசேர்க்கும் என்று வலதுசாரி கருத்தாளர்கள் நம்புகின்றனர். ஆகையால்தான், ரஜினிகாந்தின் அரசியல் வருகையை பெரிதும் பாஜக விரும்புகிறது என்ற பொதுவான பார்வை தமிழக அரசியல் களத்தில் இருக்கிறது.

பாஜக ரஜினிகாந்தை அணுகுவது முதன் முறையல்ல. பாஜக பல ஆண்டுகளுக்கு முன்பிருந்தே ரஜினிகாந்துடன் நெருக்கத்தைக் கடைபிடித்துக் கொண்டுதானிருக்கிறது. அந்த நெருக்கம் பாஜகவிற்கு எப்போதிருந்து தொடங்கியது? ஏன் தொடங்கியது? அதற்காக பாஜக எடுத்த முயற்சிகள் என்னென்ன? அதற்கு ரஜினிகாந்த் இசைந்து கொடுத்தாரா அல்லது விலகிச் சென்றாரா? என்பதை வரலாற்றுத் தரவுகளுடன் இனி பார்ப்போம்.

நடிகர் விஜய் நடித்த 'சர்கார்' பட பாடல் வெளியீட்டு விழாவில், 'தலைவன் நல்லவனாக இருந்தால்தான், தொண்டர்களும் அந்தக் கட்சியும் நேர்மையாக இருக்கும்' என்றும், நான் முதலமைச்சரானால், முதலமைச்சராக நடிக்க மாட்டேன், ஊழலை ஒழிப்பேன்' என்றும் நடிகர் விஜய் பேசியிருந்தார். அந்தப் பேச்சின் மூலம் ஆளும் வர்க்கத்தை மறைமுகமாக விஜய் சாடுகிறார் என்ற கருத்து பரவியது.

நடிகர் விஜய்யின் கருத்திற்கு பதிலளித்த மத்திய இணை அமைச்சர் பொன்.ராதாகிருஷ்ணன், 'ஊழல்வாதிகளின் பெயர்களை விஜய் குறிப்பட வேண்டும். அப்படிச் சொன்னால், நான் நடிகர் விஜய்யை நான் மாலை போட்டு வரவேற்பேன். எல்லோராலும் எம்ஜிஆர், ஜெயலலிதாவாக மாறி விடமுடியாது. மக்கள் செல்வாக்கு பெற்ற ஒரே நடிகர் ரஜினிகாந்த் மட்டும்தான்' என்று கூறினார்.

நடிகர் விஜய் பற்றிய கேள்விக்கு, அவருக்கு செல்வாக்கு கிடையாது என்று கூறியதுடன் நிறுத்திக்கொள்ளாமல், ரஜினிகாந்த் மட்டும்தான் செல்வாக்குள்ள நடிகர் என்று கூறியதன் மூலம் ரஜினிகாந்த் மீது பாஜக வைத்திருக்கும் நம்பிக்கை வெளிப் படையாகத் தெரிகிறது. ரஜினிகாந்தைத் தங்கள் பக்கம் இழுக்கும்

ஆர்வத்தைப் பாஜக மூத்த தலைவர்கள் செலுத்துவது நெடுங்காலமாக நடந்துவருகிறது.

இதே பொன்.ராதாகிருஷ்ணன் தமிழக பாஜகவின் தலைவராக இருந்தபோது, பாஜகவின் மாநாட்டிற்கு ரஜினி ரசிகர்கள் ஆதரவு தரவேண்டுமென்று அழைப்பு விடுத்தார். 2013 அக்டோபரில் திருச்சியில் இளந்தாமரை மாநாடு நடைபெற்றது. அந்த மாநாட்டில், நரேந்திர மோடியும் கலந்து கொண்டார். அப்போது நரேந்திர மோடி பிரதமர் கிடையாது.

அந்த மாநாட்டிற்கு ஆதரவாக, ரஜினி ரசிகர்கள் திருச்சி முழுவதும் பிரம்மாண்ட ப்ளக்ஸ் பேனர்களை அமைத்திருந்தனர். பாஜகவின் மாநாட்டுக்கு ஏன் ரஜினி ரசிகர்கள் ப்ளக்ஸ் வைக்க வேண்டும்? என்ற கேள்வி எழுந்தபோது, தங்கள் தலைவர் ரஜினிகாந்த் உடல்நிலை சரியில்லாமல் இருந்தபோது, மாநிலம் கடந்து வந்து உடல் நலம் விசாரித்தவர் நரேந்திர மோடி. அந்த நல்ல மனிதரை வரவேற்கிறோம் என்று பதில் தந்தனர் ரஜினி ரசிகர்கள். நரேந்திர மோடி பிரதமராகாமல், குஜராத் முதலமைச்சராக இருந்தபோதே ரஜினிகாந்துடன் நெருக்கம் காட்டியிருக்கிறார் என்பதையே ரஜினி ரசிகர்களின் கூற்று உணர்த்துகிறது.

ரஜினி ரசிகர்களை பொன்.ராதாகிருஷ்ணன் அழைத்தார். திருச்சி மாவட்ட ரஜினி ரசிகர்களும் கலந்துகொண்டனர். ஆனால், பொன்.ராதாகிருஷ்ணனின் அழைப்பு குறித்தோ, பாஜக மாநாடு குறித்தோ ரஜினி எந்தக் கருத்தையும் தெரிவிக்கவில்லை. எப்போதும் போல் அப்போதும் மௌனமாகவே இருந்தார் ரஜினிகாந்த். பாஜக தலைவர்களுடன் நல்ல நட்பை பேணி வந்தாலும், பொதுவெளியில் ரஜினிகாந்த் அதனை விளம்பரப்படுத்த விரும்பவில்லை என்பதையே அவரது மௌனம் காட்டுகிறது.

திராவிடக் கட்சிகள் சினிமாக்காரர்களை வைத்து இயக்கத்தை வளர்த்தார்கள் என்பதை விமர்சனமாக சொல்லும் பழக்கம் இன்றும் தேசிய கட்சிகளிடம் உண்டு. ஆனால், அந்த தேசிய இயக்கத்தைச் சேர்ந்தவர்களே நடிகர் ரஜினிகாந்த் தங்கள் கட்சிக்கு வரவேண்டும் அல்லது தங்கள் கட்சிக்கு ஆதரவு தரவேண்டும் என்று பலமுறை கேட்டிருக்கின்றனர். தேசிய கட்சி என்றால், பாஜகவை மட்டும் நினைத்துக் கொள்ளாதீர்கள். காங்கிரஸும் ரஜினிகாந்தை அரசியல் களத்திற்கு அழைத்த, அல்லது அழைக்க

விரும்பிய கட்சிகளின் பட்டியலில் இருக்கிறது. காங்கிரஸ் ரஜினிகாந்தை அரசியலுக்கு அழைத்த அந்த சுவாரஸ்யமான வரலாற்றை இந்த இடத்தில் தெரிந்துகொள்வது அவசியம்.

96ம் ஆண்டு தேர்தல் களம். அதிமுகவின் கூட்டணி கட்சியான காங்கிரஸே ஜெயலலிதாவுடன் கூட்டணி வைக்கக்கூடாது எனப் பேசிக்கொண்டிருந்த காலகட்டம் அது. அந்தச் சமயத்தில் ரஜினிகாந்த்தும் ஜெயலலிதா எதிர்ப்பில் மிகத் தீவிரமாக இருந்தார்.

தமிழக காங்கிரஸ் தலைவர்கள் ரஜினிகாந்த் காங்கிரசிற்கு ஆதரவு தரவேண்டும் என்று எதிர்பார்த்தார்கள். டில்லி காங்கிரஸ் தலைமைக்கு ரஜினிகாந்தை காட்டி ஜெயலலிதாவிடமிருந்து கூட்டணியை முறித்துக்கொள்ளவேண்டும் எனக் கேட்டுக் கொண்டனர். டில்லி தலைமையை எப்படியாவது ஜெயலலிதா விடமிருந்து பிரிக்கவேண்டும் என ஆசைப்பட்டார் அப்போதைய தமிழ்நாட்டு காங்கிரஸ் கமிட்டி தலைவர் குமரி அனந்தன். அதற்கான முயற்சியில் இறங்கியவர் ஜி.கே. மூப்பனார். ஆம். நடிகர் ரஜினிகாந்தை சந்தித்து காங்கிரஸ் தலைமையில் ஜெயலலிதா எதிர்ப்பு கூட்டணிக்கு ஆதரவு தரவேண்டும் என்று கேட்டுக் கொண்டார்.

ஜெயலலிதா எதிர்ப்புக் கூட்டணியா? அது என்ன என்று கேட்கலாம். ஆம். அந்தச் சூழலில் ஜெயலலிதா கூட்டணியை விரும்பாத மூப்பனார் போன்ற காங்கிரஸ் தலைவர்கள், ஜெயலலிதாவால் அமைச்சர் பதவியை இழந்திருந்த ஆர். எம். வீரப்பன் (காரணம்: பாட்ஷா வெற்றி விழா விவகாரம்) ஜெயலலிதாவுடன் முரண்பட்டு எம்ஜிஆர் திமுக என்ற புதிய கட்சியை உருவாக்கியிருந்த திருநாவுக்கரசு, தமிழக மக்கள் நல உரிமை கழகத்தை உருவாக்கிய பண்ருட்டி ராமச்சந்திரன் என இவர்கள் எல்லோரும் இணைந்து ஜெயலலிதா எதிர்ப்புக் கூட்டணியை உருவாக்கியிருந்தனர். இந்தக் கூட்டணியுடன் நடிகர் ரஜினிகாந்தும் இணைந்துவிட்டால், டில்லி தலைமையுடன் நம்பிக்கையாகப் பேசலாம் என்று நினைத்தனர்.

மூப்பனார் ரஜினிகாந்தை நரசிம்மராவிடம் அழைத்துச் சென்று பேச செய்தார். நரசிம்மராவ் ரஜினிகாந்த் தனது கூட்டணியை ஆதரிப்பதை விட, அவரே நேரடியாக காங்கிரசில் சேர வேண்டும் என அழைப்புக் கொடுத்ததாக அப்போது பேசப்பட்டது. ஆனால், ரஜினிகாந்த் காங்கிரசில் நேரடியாக இணைவதில் ஆர்வம்

காட்டவில்லை. அதற்குப் பிறகு மூப்பனார் தமிழ் மாநில காங்கிரஸ் என்ற புதிய கட்சியைத் தொடங்கினார். ஜெயலலிதா எதிர்ப்பில் உறுதியாக இருந்த ரஜினிகாந்த், மூப்பனார் தொடங்கிய தமிழ் மாநில காங்கிரசை முழு மனதுடன் ஆதரித்தார். சைக்கிள் சின்னத்திற்காக அண்ணாமலை படப் பாடலைப் பாடி ரசிகர்கள் ஊர் முழுவதும் பிரச்சாரம் செய்தார்கள். அந்தத் தேர்தலில் நடிகர் ரஜினிகாந்த் ஆதரித்த திமுக, தமாகா கூட்டணி அமோக வெற்றிப் பெற்றது அனைவரும் அறிந்ததே.

ரஜினிகாந்தை அரசியலுக்கு வருமாறு முதன் முதலாக அழைத்த கட்சி காங்கிரஸ். தங்களது கட்சியிலேயே இணைந்து விடுங்கள் என்று ரஜினியை அழைத்த வரலாற்றிற்குச் சொந்தக்காரர் முன்னாள் பிரதமர் நரசிம்மராவ் என்பது வரலாற்றை நுட்பமாகப் பார்த்தவர்களுக்குத் தெரியும்.

எனவே, ரஜினிகாந்தை மோடி அழைக்கிறார், வாஜ்பாய் அழைத்தார் என்று சொல்வதற்கு முன்பே காங்கிரஸ் ரஜினிகாந்தை அணுகியிருக்கிறது என்பதை நாம் தெரிந்துகொள்ளவேண்டும். இப்போதுகூட காங்கிரஸ் ரஜினிகாந்தை மென்மையாக அணுகுவதை நாம் கவனிக்கவேண்டும். ரஜினிகாந்தை அரசியலுக்கு அழைக்கும் பாரம்பரியத்தை தொடங்கி வைத்தது காங்கிரஸ் கட்சி. அதனை கெட்டியாகப் பிடித்துக் கொண்டது பாஜக எனச் சொல்லலாம்.

சரி. இப்போது பாஜக கதைக்கு வருவோம். இன்றைய தேதியில் ரஜினிகாந்தை நெருங்கும், விரும்பும் கட்சி பாஜகதான் என்பதற்கு நிகழ்காலச் சான்றுகள் அதிகம் இருக்கிறது.

பிரதமர் வேட்பாளராக அறிவிக்கப்பட்டபோது, நரேந்திர மோடியே ரஜினிகாந்தை இல்லம் தேடி வந்து சந்தித்தார். அந்த அளவிற்கு ரஜினிகாந்திற்கும் பாஜகவிற்கும் இடையே எப்போதும் ஓர் அரசியல் உரையாடல் நிகழ்ந்து கொண்டேதானிருக்கிறது.

1998ம் ஆண்டில் நடந்த கோவை குண்டுவெடிப்புச் சம்பவத்தின் போது, 'அத்வானியின் உயிரைக் காப்பாற்றிய ஆண்டவனுக்கு நன்றி' என்று ரஜினிகாந்த் கூறினார். 'அத்வானியைக் காப்பாற்றிய கடவுள், அப்பாவி மக்கள் பல பேரின் உயிரை ஏன் எடுத்தார்' என இயக்குநர் வேலுபிரபாகரன் கேள்வி கேட்டது சர்ச்சையானது. அன்றே நாத்திக ஆத்திக உரையாடலுக்கு ரஜினிகாந்த் வழிவகுத்து விட்டார்.

கோவை குண்டுவெடிப்பு நடந்த காலகட்டத்தில்தான் பாஜகவும் தமிழகத்தில் காலூன்றிக் கொண்டிருந்தது. ரஜினிகாந்தும் திமுக - தமிழ் மாநில காங்கிரஸ் கூட்டணியை வெளிப்படையாக ஆதரித்ததன் மூலம் அரசியல் பிரவேசத்திற்கு அடித்தளமிட தொடங்கிய காலகட்டம் அது. அப்போது, மத்தியில் வாஜ்பாய் தலைமையில் பாஜக கூட்டணி ஆட்சி நடைபெற்றுக் கொண்டிருந்தது.

உண்மையில், வாஜ்பாய் காலகட்டத்தில்கூட பாஜக ரஜினியை முழுமையாக நெருங்கவில்லை. மோடி வேட்பாளராக அறிவிக்கப் பட்ட கணத்திலிருந்துதான் ரஜினிகாந்தை வெளிப்படையாகவே தங்கள் கட்சிக்கு வருமாறு பாஜக கோரிக்கை விடுக்க ஆரம்பித்தது. ஆனால், வாஜ்பாய் அத்வானி காலகட்டத்ததிலிருந்தே பாஜகவிற்கும் ரஜினிகாந்திற்கும் உளமார்ந்த நட்பு தொடர்ந்து கொண்டிருக்கிறது.

2002ம் ஆண்டு காவிரி நீர் உரிமைப் பங்கீட்டில் தமிழகத்திற்குத் தரவேண்டிய பங்கைத் தராமல் கர்நாடக அரசும், அப்போதைய நடுவண் அரசும் தமிழகத்தை வஞ்சிக்கிறது என்று தமிழ் அமைப்புகள் குற்றம் சாட்டின. அப்போது, தமிழக திரைப்பட கலைஞர்கள் அனைவரும் தமிழகத்திற்கான நீர் உரிமை வேண்டி நெய்வேலியில் போராட்டம் நடத்தினர். அந்தப் போராட்டத்தை ஒருங்கிணைத்தவர் இயக்குநர் பாரதிராஜா. தமிழகத்திற்குத் தண்ணீர் தராத கர்நாடகத்திற்கு மின்சாரத்தை வழங்காதே! என்ற கோரிக்கையுடன் தமிழ் திரையுலகம் நெய்வேலியில் திரண்டது.

‘மின்சாரத்தைக் கொடுக்காதே!’ என்ற கோரிக்கையில் நடிகர் ரஜினிகாந்திற்கு உடன்பாடில்லை. அது மட்டுமில்லாமல், போராட்டத்தை சென்னையில் நடத்தலாம். நெய்வேலியில் நடத்தக் கூடாது என்றும் கோரிக்கை விடுத்தார். மேலும், சென்னையில் பாபா முத்திரையுடன் கூடிய உண்ணாநிலை மேடையை ரஜினிகாந்த் அமைத்து தனியாக உண்ணா நிலை மேற்கொண்டார்.

தமிழ் திரையுலகமே தமிழகத்தின் நீராதார உரிமைக்காக ஓர் அணியில் திரண்டிருக்கும்பொழுது, ரஜினிகாந்த் மட்டும் தனித்துப் பேசுகிறார். நம்முடன் இணைந்து போராடாமல், தனித்து போராட்டம் காண்கிறார். இது நமது ஒற்றுமையை சீர் குலைக்கும் முயற்சி என்று இயக்குநர் பாரதிராஜா கோபத்துடன் பதிவு செய்தார்.

மேலும், 'ரஜினிகாந்த், தமிழ்நாட்டில் புகுந்த கருப்பு ஆடு' என்றும் கடுமையாக விமர்சித்துப் பேசினார் பாரதிராஜா. சரியாக 25 ஆண்டுகளுக்கு முன்பு பரட்டையாக ரஜினிகாந்தை தமிழக மக்களிடம் அறிமுகப்படுத்திய பாரதிராஜாதான், தற்போது கருப்பு ஆடு என்று ரஜினியைப்பற்றி தமிழர்களிடம் எச்சரித்தார்.

ரஜினிகாந்த் தமிழர் அல்ல. கர்நாடக மாநிலத்தைச் சேர்ந்தவர் என்பதுபோன்ற விமர்சனங்கள் அதிகம் வெளிவந்த காலகட்டம் அதுதான். ரஜினிகாந்த் காவிரி நீர் பிரச்னைக்கு தனியாக உண்ணாநிலை இருந்தபோது, நடுவண் அரசில் பாஜக அரசு. வாஜ்பாய் அவர்கள்தான் அப்போது பிரதமர். ரஜினிகாந்தின் உண்ணாநிலைப் போராட்டத்திற்கு திமுக தலைவர் கலைஞர் கருணாநிதி உட்பட பல திமுக பிரமுகர்கள் ஆதரவு தெரிவித்தனர். அப்போது திமுக, பாஜகவின் கூட்டணி அமைச்சரவையில் அங்கம் வகித்தது.

இந்த நிலையில், ஆளும் அதிமுக பாரதிராஜாவின் போராட்டத்திற்கு ஆதரவு தந்தது. திமுக, பாஜக ஆதரவுடன் ரஜினிகாந்த் உண்ணாநிலை போராட்டம் நடைபெற்றது என்று அரசியல் பார்வையாளர்கள் கருத்து தெரிவித்தனர். அந்தப் போராட்டத்தின் முடிவில், நதிநீர் இணைப்பு என்ற திட்டத்தை காவிரி பிரச்னைக்குத் தீர்வாக ரஜினிகாந்த் முன் வைத்தார். அது மட்டுமல்லாமல், 'பகீரத யோஜனா' என்ற பெயரில் அந்த திட்டத்தை அன்றைய பிரதமர் வாஜ்பாயிடமும் ரஜினிகாந்த் பேசினார்.

அன்று தொடங்கிய நதிநீர் இணைப்புத் திட்டத்திற்கான கோரிக்கையைத்தான் ரஜினிகாந்த் தற்போதுவரை வலியுறுத்தி வருகிறார். ரஜினிகாந்திற்குப் பின்னால் பாஜக என்ற விமர்சனம் தொடங்கியது அப்போதுதான். ஆனால், அப்போது திமுக தலைவர் கலைஞர் கருணாநிதியும் ரஜினிகாந்திற்கு ஆதரவாக இருந்ததால், பாஜக ஆதரவில் ரஜினிகாந்த் என்ற கருத்து வீரியமாகப் பரவவில்லை. இருந்தாலும், காவிரி போராட்டம்தான் ரஜினி பாஜக உறவின் முடிச்சை இறுக்கப்படுத்தியது என்றால் அது மிகையல்ல. விஜய், கமல், விஷால், விஜய் சேதுபதி போன்ற நடிகர்களுடன் அவ்வப்போது மோதல் போக்கைக் கடைப் பிடிக்கும் பாஜக, ரஜினிகாந்த் என்ற நடிகரை மட்டும் வாஞ்சையுடன் அணைத்துக் கொள்வதை சமீபகாலம்வரை நாம் பார்த்து வருகிறோம்.

ரஜினிகாந்த் நடிப்பில் வெளியான ‘காலா’ திரைப்படம், பாஜக எதிர்ப்பாளர்களால் பெரிய அளவில் கொண்டாடப்பட்டது. ஆனால், பாஜக தமிழக தலைவர் தமிழிசை சவுந்தர்ராஜன், ‘படத்தைப் படமாக பார்க்கவேண்டும். அதை தாண்டி திறனாய்வு செய்யக்கூடாது’ என்று கூறி ரஜினி படத்தை விமர்சிக்க மறுத்தார். அதே தமிழிசைதான் மெர்சல் படத்தில், ஜிஎஸ்டி வரி குறித்த வசனத்திற்காகவும், இலவச மருத்துவம் குறித்து அறிவுறுத்திய தற்காகவும் நடிகர் விஜய்யை விமர்சித்தார். ‘சம்பளம் வாங்காமல் விஜய் நடிப்பாரா’ என்று எதிர் கேள்வியும் கேட்டார்.

பாஜக தேசிய செயலாளர் ஹெச்.ராஜா, ‘பாஜகவை விமர்சிப்பவர் வெறும் விஜய் கிடையாது ஜோசப் விஜய்’ என்று கடுமையாகச் சாடியது பெரும் விவாதத்தைக் கிளப்பியது. பாஜகவை வெளிப்படையாக விமர்சிக்காத ‘மெர்சல்’ படத்திற்கு பாஜகவினர் எதிர்ப்பு தெரிவித்தனர். ஆனால், ‘காலா’ படத்தின் கிளைமாக்சில், கடவுள் ராமனை எதிர்மறையாகவும், ராவணனை நேர்மறை யாகவும் சித்தரித்தரிக்கப்பட்டிருக்கும்.

ராமர் அரசியலை முன்னிறுத்தும் பாஜகவினர், காலா படத்திற்கு எதிர்ப்பு தெரிவிக்கவே இல்லை. காரணம், அந்தப் படம் ரஜினிகாந்தின் படம். ரஜினிகாந்தை எந்தக் காரணத்தைக் கொண்டும் பகைத்துக்கொள்ள பாஜகவினர் விரும்பவில்லை என்பதையே இந்த சம்பவம் காட்டுகிறது.

நடிகராக இருந்து நாடாளும் வாய்ப்பைப் பெற்றவர் எம்ஜிஆர். அவர் திமுகவின் அடையாளமாகவே, தன்னைக் காட்டிக் கொண்டார். அதைத் தாண்டி, வேறு எந்தக் கருத்தியல் அடையாளமும் எம்ஜிஆருக்கு இல்லை. ஆனால், ரஜினிகாந்த் தன்னை எந்தக் கட்சியுடனும், கருத்தியலுடனும் எப்போதும் இணைத்துக் கொண்டதில்லை. அது மட்டுமல்லாமல், சாதி மத வேறுபாடில்லாமல் தமிழகம் முழுவதும் ரசிகர்களைக் கொண்ட மிகப் பெரிய கலைஞன். ஆக, ரஜினிகாந்த் என்ற பெரிய நட்சத்திரம் தங்களுக்குக் கிடைக்கும் பட்சத்தில், தங்களுக்கு மிகப் பெரிய அரசியல் ஆதாயம் கிடைக்கும் என்பது பாஜகவினர் கணக்கு.

கடந்த 30 ஆண்டுகளாக, ரஜினிகாந்த் நடித்த படங்களின் பெயர் முதற்கொண்டு ஆன்மிக அடையாளத்துடனே இருக்கும். கழுத்தில் ருத்திராட்சம் அணிவது, ஆன்மிக தத்துவங்களைப் பேசுவது என பாஜகவின் சிந்தாந்தத்திற்கு மிக நெருக்கமானவையாக ரஜினிகாந்த்

படங்கள் இருக்கும். ரஜினிகாந்த் படங்களால் ஈர்க்கப்பட்ட ரசிகர்களும் பாஜகவை எளிதாக ஏற்றுக்கொள்வார்கள். ஆகவே ரஜினிதான் பாஜகவிற்குப் பொருத்தமானவர் என்பது பாஜக தலைவர்களின் கணிப்பு.

2014ம் ஆண்டு ஏப்ரல் 14ம் தேதி பிரதமர் வேட்பாளராக இருந்த மோடி தமிழகத்திற்கு வந்து இறங்கியவுடன் ரஜினிகாந்தின் இல்லத்திற்குத்தான் நேரடியாகச் சென்றார். மோடி தனது தமிழகப் பிரச்சாரத்தை ரஜினிகாந்திடமிருந்துதான் தொடங்குகிறார் என்று அப்போது பத்திரிகைகள் எழுதின.

அப்போது பத்திரிகையாளர்களிடம் பேசிய மோடி, 'ரஜினிகாந்திற்குத் தமிழ்ப் புத்தாண்டு வாழ்த்துக்களை தெரிவிப்பதற்காக நான் வந்தேன். இது ஒரு மரியாதை நிமித்தமான சந்திப்பு' என்றார். அப்போது மோடி தனது வழக்கமான உடைக்குப் பதிலாக, தமிழ்நாட்டுப் பாரம்பரிய உடையான வேட்டி அணிந்து வந்திருந்தார். அந்தச் சந்திப்பு குறித்துப் பேசிய ரஜினிகாந்த், 'நானும் மோடியும் நல்ல நண்பர்கள். நான் உடல்நிலை சரியில்லாமல் மருத்துவமனையில் இருந்தபோது என்னைச் சந்தித்து உடல் நலம் விசாரித்தார். அப்போது என்னுடைய வீட்டிற்கு வருமாறு மோடிக்கு அழைப்பு விடுத்திருந்தேன். அந்த வகையில் இது ஒரு மரியாதை நிமித்தமான சந்திப்பு.' என்றார்.

தேர்தல் சமயத்தில் நடைபெற்ற சந்திப்பில் எந்த அரசியலும் இல்லை என்பதுபோல் இருவரும் பேட்டி கொடுத்தனர். இருப்பினும் பாஜகவிற்கு ரஜினிமீது ஒரு கண் இருக்கிறது என்பதை ரஜினி ரசிகர்கள் உட்பட பலரும் அறிந்தே வைத்திருந்தனர். ஏனென்றால் அந்தச் சந்திப்பில் மோடியின் முயற்சி வெற்றி பெற வாழ்த்துக்கள் என்று ரஜினி கூறியது பரபரப்பை ஏற்படுத்தியது. அதற்கு காங்கிரஸ் தலைவர்களுள் ஒருவரான ப.சிதம்பரத்தின் மகன் கார்த்தி சிதம்பரம் கொடுத்த விளக்கம் சுவாரஸ்யமானது. ரஜினிகாந்த் மோடிக்கு மட்டுமல்ல எங்களுக்கும் நண்பர்தான். வீடு தேடி வந்தவரை ரஜினி வாழ்த்தியிருக்கிறார். இது தமிழர் மரபுதானே! இதை வைத்து ரஜினி பாஜகவிற்கு ஆதரவு என்று யாரும் ஊகிக்கவேண்டாம்' என்றார் கார்த்தி சிதம்பரம்.

மோடி – ரஜினிகாந்த் சந்திப்பு பரபரப்பாகப் பேசப்பட்டதற்கு மற்றொரு காரணம் பத்திரிகையாளர் சோ. ஆம், அந்தத் தேர்தலில்,

பாஜக வேட்பாளர்கள் நிற்காத இடங்களில் அதிமுகவை ஆதரியுங்கள் என்று கூறியிருந்தார் சோ. இந்த ‘சோ’தான், 1996 ல் ரஜினிகாந்தை திமுக, தமாகா கூட்டணியை ஆதரிக்கச் செய்தவர். அது மட்டுமல்லாமல், ரஜினிக்கு மிக நெருக்கமான அரசியல் ஆலோசகரும்கூட. பாஜக கருத்தியலுக்கு நெருக்கமான ‘சோ’ ரஜினிகாந்திற்கும் நண்பர் என்பதால், மோடி - ரஜினி சந்திப்புக்குக் கூடுதல் பரபரப்பு கிடைத்தது.

இந்த இடத்தில்தான் இன்னொரு உண்மையை நாம் பார்க்க வேண்டும். ரஜினிகாந்த் 96 தேர்தலில், திமுக, தமாக கூட்டணியை ஆதரித்தார். அதற்குப் பிறகு, தீவிரமாக அவரது பெயர் தேர்தல் களத்தில் அடிபட்ட தேர்தல் எது தெரியுமா?

2004ம் ஆண்டு மக்களவைத் தேர்தல். இந்தத் தேர்தலில்தான், நீண்ட இடைவேளைக்குப் பிறகு தனது தேர்தல் நிலைப்பாட்டைத் தெரிவித்தார். அதிமுக, பாஜக கூட்டணியை 6 தொகுதிகளில் மட்டும் ஆதரிப்பது என்ற நிலைப்பாட்டை எடுத்தார் ரஜினிகாந்த். அது என்ன 6 தொகுதிகள் மட்டும்? என்ற கேள்வி எழலாம். அந்த தேர்தல் வருவதற்கு இரண்டு ஆண்டுகளுக்கு முன்புதான் பாபா திரைப்படம் வெளிவந்திருந்தது. அந்த படம் வெளிவந்த சமயத்தில் வீரப்பன் குறித்து ரஜினிகாந்த் வெளியிட்ட கருத்து பாமகவை ஆத்திரப் படுத்தியது. ஆகையால், பாபா திரைப்படம் வெளியான திரையரங்குகள் வட தமிழகத்தில் கலவரப்பகுதியாக மாறியது.

பாபா படப் பெட்டியை பாமகவினர் தூக்கிச் சென்றது, ஆங்காங்கே நடைபெற்ற பாமக – ரஜினி ரசிகர்களின் மோதல் தமிழகத்தின் தலைப்புச் செய்திகளாகியது. இந்த பகை 2004ம் ஆண்டு மக்களவைத் தேர்தலிலும் தொடர்ந்தது. ஆகையால்தான் ரஜினிகாந்த் பாமக நின்ற 6 தொகுதிகளில் அதிமுகவையும் பாஜகவையும் ஆதரியுங்கள் என்றார்.

அப்போது திமுக தலைவர் கருணாநிதியுடன் நல்லுறவில் இருந்தார் ரஜினிகாந்த். ஆனால், திமுகவோ பாமகவுடன் கூட்டணி வைத்துக் கொண்டது. ‘தன்னுடன் பகை வளர்க்கும் ராமதாசுடன் கூட்டணி வைத்துவிட்டாரே!’ என ரஜினிகாந்திற்கு, திமுக தலைவர்மீது கோபம். அந்த கோபத்தில், ‘என் நண்பர் கலைஞரிடம், ராமதாஸ் அடைக்கலம் புகுந்துவிட்டார்’ என ரஜினிகாந்த் அறிக்கை விடுத்தார். அந்த அறிக்கையின்

அடிப்படையில், 'இறைவா நண்பர்களிடமிருந்து என்னைக் காப்பாற்று, எதிரிகளை நான் பார்த்துக் கொள்கிறேன்' என்று தனது படத்தின் போஸ்டரில் வசனம் வைத்தார் ரஜினிகாந்த்.

'ஜக்குபாய்' என்ற அந்தப் படத்தில் ரஜினிகாந்த் இறைவனிடம் மன்றாடுவதுபோல் உருவம் அமைக்கப்பட்டிருக்கும். கே.எஸ். ரவிக் குமார் இயக்கத்தில் வெளிவரும் என எதிர்பார்க்கப்பட்ட அந்த படம் அப்படியே நின்று போனது.

பாமக நிற்கும் ஆறு தொகுதிகள் மட்டுமே அதிமுக கூட்டணிக்கு ஆதரவு என்று சொன்னாலும், ரஜினி ரசிகர்கள் தமிழகம் முழுவதும் அதிமுக, பாஜக கூட்டணிக்கு ஆதரவான மனநிலையில்தான் இருந்தனர். அந்த தேர்தல் முடிவில், ரஜினிகாந்த் ஆதரித்த அதிமுக பாஜக கூட்டணி மிகப்பெரிய தோல்வியடைந்தது. அதற்குப் பிறகு, ரஜினிகாந்த் தேர்தல் களத்தில் யாருக்குமே ஆதரவு கொடுக்க வில்லை. அதன் பிறகு 13 ஆண்டுகள் கழித்து, ஜெயலலிதா மறைவிற்குப் பிறகுதான் ரஜினிகாந்த் மீண்டும் தேர்தல் களத்தின் மையப் பொருளானார்.

ஜெயலலிதாவின் மறைவிற்குப் பிறகு, ரஜினிகாந்த் பாஜகவிற்கு ஆதரவு தரப்போகிறார் என்ற கருத்து அதிகம் பேசப்பட்டது. ஜெயலலிதா மறைவையொட்டி அறிவிக்கப்பட்ட ஆர்.கே.நகர் இடைத்தேர்தலில், கங்கை அமரன் பாஜகவின் வேட்பாளராக அறிவிக்கப்பட்டார். அப்போது, ரஜினிகாந்தை நேரில் சந்தித்து ஆதரவு கேட்டார் கங்கை அமரன். சுமார் 40 நிமிடங்களுக்கு மேலாக அவர்கள் இருவரும் சந்தித்துப் பேசினர்.

பின்னர் செய்தியாளர்களிடம் பேசிய கங்கை அமரன், 'ரஜினிகாந்த் பாஜகவை ஆதரிப்பார்' என்று தான் நம்புவதாகத் தெரிவித்தார். கங்கை அமரன் இவ்வாறு சொன்ன கணத்தில் பரபரப்பானது ஆர்.கே.நகர் தேர்தல் களம். ரஜினிகாந்தின் ஆதரவு பாஜகவிற்கா? என்ற கேள்வி எழுப்பப்பட்டது. அது ஊடகங்களில் விவாதப் பொருளாக மாறியது. விஷயம் ரஜினியின் கவனத்துக்குச் சென்றதைத் தொடர்ந்து, 'தான் எந்தக் கட்சிக்கும் ஆதரவு தெரிவிக்கவில்லை' என்று ட்விட்டர் வழியாக மறுத்தார் ரஜினி.

பாஜகவுடனான நெருக்கத்துக்குத் தற்காலிக முற்றுப்புள்ளி வைத்த ரஜினிகாந்த், 2017 டிசம்பரில் தனது சொந்த அரசியலுக்கான வேலைகளைத் தொடங்கினார். தனது ரசிகர்களைச் சந்தித்த ரஜினிகாந்த், தான் அரசியலில் ஈடுபடப்போவதாகவும், அது

'ஆன்மிக அரசியல்' என்றும் தெரிவித்தார். அந்த நொடியிலிருந்து மீண்டும் ரஜினிகாந்த் – பாஜக நெருக்கம் குறித்த பேச்சுகள் ஊடகங்களில் உலா வரத் தொடங்கின.

2019 மக்களவைத் தேர்தல் நெருங்கும் சமயத்தில் ரஜினிகாந்த் தெரிவித்த கருத்து அரசியல் களத்தில் பரபரப்பைக் கூட்டியது. தண்ணீர் பிரச்னையை தீர்த்து வைக்கும் கட்சிக்கே எனது ஆதரவு என்று தேர்தல் நெருங்கும் நேரத்தில் ரஜினிகாந்த் பேசினார். ரஜினிகாந்த் அப்படி அறிவித்த நேரத்தில், பாஜக தேர்தல் அறிக்கையில் நதி நீர் இணைப்புத் திட்டம் குறித்துப் பேசியிருந்தது குறிப்பிடத்தக்கது. அந்த அறிவிப்பை தான் வரவேற்பதாக ரஜினிகாந்த் செய்தியாளர்களிடம் தெரிவித்தார். அந்த தேர்தல் களத்தில் நடிகர் கமலஹாசனின் மக்கள் நீதி மய்யமும் வேட்பாளர்களை இறக்கியிருந்தது. தனது நண்பர் ரஜினிகாந்த் தேர்தலில் தனது வேட்பாளர்களை ஆதரிக்கவேண்டும் என்று கமலஹாசன் கோரிக்கை விடுத்திருந்தார். ஆனால், கமலஹாசனுக்கு ரஜினிகாந்த் இறுதிவரை ஆதரவு தரவே இல்லை.

தன்னிடம் ஆதரவு கேட்ட நடிகர் கமலுக்கு ஆதரவு தராத ரஜினிகாந்த், பாஜகவின் தேர்தல் அறிக்கையைப் பாராட்டுகிறார். அப்படி யென்றால், என்ன அர்த்தம்? தனது ரசிகர்களுக்கு, 'பாஜகவிற்கு வாக்களியுங்கள்' என்று மறைமுகமாகக் கூறுகிறார் என்று அரசியல் பார்வையாளர்கள் கருத்து கூறினர். இதுபோன்ற பேச்சுகள் வரும்போது ரஜினியின் பதில் ஒன்றுதான்.

'எனக்குப் பின்னால் பாஜக இல்லை. கடவுளும் மக்களும்தான் இருக்கிறார்கள்'. ரஜினியிடமிருந்து வரப்போகும் கட்சி அறிவிப்புக்காக அவருடைய ரசிகர்கள் காத்துக்கொண்டிருக்கும் இந்தக் கால கட்டத்தில், ரஜினி கட்சி ஆரம்பித்தால் அதன் முதன்மையான ஆதரவு சக்தியாக பாஜகவாக இருக்கும் என்று அரசியல் பார்வையாளர்கள் சொல்கிறார்கள்.

ஆனால், ரஜினிகாந்த் சமீபத்தில் வள்ளுவர் குறித்த சர்ச்சை குறித்து, பேட்டி கொடுத்தார். அந்தப் பேட்டியில், வள்ளுவருக்கும் காவிச் சாயம் பூசக்கூடாது. நானும் அதில் சிக்கமாட்டேன் என்று தனக்கேயுரிய பாணியில் கூறினார்.

பாஜக அரசு கொண்டுவந்த குடியுரிமை சட்டத்தை ரஜினிகாந்த் ஆதரித்துப் பேட்டி கொடுத்தார். அதே சமயத்தில் 'இஸ்லாமியர் களுக்கு இந்தச் சட்டத்தால் பாதிப்பு என்றால் வீதியில் இறங்கிப்

போராடும் முதல் ஆளாக இருப்பேன்' என்று ரஜினிகாந்த் கூறுகிறார். குடியுரிமைச் சட்டத்திற்கு எதிராக யாரும் போராடக் கூடாது என்று மாணவர்களை ரஜினிகாந்த் கேட்டுக்கொண்டதன் மூலம் பாஜக ரஜினிகாந்திற்குப் பின்னால் இருக்கிறதோ என்ற கேள்வி மீண்டும் விவாதப் பொருளானது.

பாட்ஷா சமயத்தில் எதிர்பார்க்கப்பட்ட ரஜினியின் தர்பார், இப்போது தர்பார் படம் வெளிவந்தும் அறிவிக்கப்படாமலேயே இருக்கிறது. ஒருவேளை ரஜினி அரசியலுக்குள் நுழைந்தால், அது யாருடைய தர்பாராக இருக்கும் என்பதற்கான பதில் ரஜினியிடம் மட்டுமே இருக்கிறது.

எம்ஜிஆர் அண்ணாயிசமே எனது இசம் என்றார். ரஜினி ஆன்மிக அரசியல் என்கிறார். இரண்டும் ஒன்றுபடும் வேறுபடும் புள்ளிகளை அடுத்த அத்தியாயத்தில் நுட்பமாக ஆராய்வோம்.

7

அண்ணாயிசமும் ஆன்மிக அரசியலும்...

விடுதலை இந்தியாவிற்குப் பிறகு, தமிழகத்தை ஆட்சி செய்தவர்கள் பெரும்பாலும் திராவிட இயக்க மரபைச் சேர்ந்தவர்கள்தான். காமராஜர் காங்கிரஸ்காரராக இருந்தாலும், பெரியாருடன் மிக நெருக்கமாக இருந்தவர். அவரது ஆட்சிக் காலம் முழுவதையும் பெரியார் தீவிரமாக ஆதரித்தார்.

கருணாநிதியிடமிருந்து பிரிந்த வைகோவும், திராவிட இயக்க அரசியலையே முன்னெடுத்தார். 2005ம் ஆண்டு சினிமாவிலிருந்து அரசியலுக்கு வந்த விஜயகாந்த் கூட, தனது கட்சியில், 'திராவிட' என்ற பெயரைச் சேர்த்துக்கொண்டார்.

'திராவிட' என்ற பெயர் வைத்த தலைவர்களில் அண்ணா, கருணாநிதியைத் தவிர்த்து மற்ற தலைவர்களை நாத்திகர் என்ற பிரிவில் சேர்க்க முடியாது. இருப்பினும், தமிழகத்தைப் பொருத்தவரை, திராவிடக் கோட்பாடான சமூக நீதி, மாநில உணர்வு போன்ற கருத்தியல் தத்துவங்கள் தமிழக அரசியலின் அடிப்படை அலகுகளாக மாறிவிட்டது. இந்த அடிப்படை அலகுகளை தங்களின் அடையாளமாகவே எம்ஜிஆரிலிருந்து ஜெயலலிதாவரை அனைவரும் காட்டிக் கொண்டார்கள்.

இந்த நிலையில்தான், நடிகர் ரஜினிகாந்த் ஆரம்பிக்கப் போகும் கட்சி, அவர் பேசும் 'ஆன்மிக அரசியல்' பேசு பொருளாகிறது.

'தான் கட்சி ஆரம்பித்து, ஆட்சியைப் பிடித்தால், எம்ஜிஆர் ஆட்சியைப் போன்று ஏழைகளுக்கான ஆட்சியாக இருக்கும். புரட்சித் தலைவரின் ஆட்சியை என்னால் கொடுக்க முடியும்' என்று சென்னை மதுரவாயலில் உள்ள தனியார் கல்லூரியில், எம்ஜிஆர் சிலையைத் திறந்து வைத்து ரஜினிகாந்த் பேசிய பேச்சு ரசிகர்களுக்கு உற்சாகத்தைத் தந்தது. இந்த நிலையில், எம்ஜிஆர் ஆட்சியையும், ரஜினிகாந்த் முன் வைக்கும் அரசியல் சித்தாந்தத்தையும் ஒப்பிட வேண்டிய தேவை திறனாய் வாளர்களுக்கு ஏற்பட்டிருக்கிறது.

எம்ஜிஆர் தனக்கென்று சித்தாந்தம் ஒன்றை உருவாக்கியவர் கிடையாது. ஆனால், 'திராவிட மரபே தன் மரபு' என்று அழைத்துக் கொண்டார். 'தன்னுடைய மதம் திராவிட மதம்' என்று பெருமையுடன் கூறிக்கொண்டவர் எம்ஜிஆர்.

திராவிட இயக்கத்தின் அடிநாதக் கொள்கையான மாநில சுயாட்சிக்காக ராணுவத்தை சந்திக்கவும் தயார் என்று கூறியவர். 'என் பிணத்தின் மீதுதான் திராவிட நாடு அமையும்' என்றால், அதற்கும் நான் தயார் என்று சூளுரைத்தவர் எம்ஜிஆர்.

திமுகவிலிருந்து பிரிந்தாலும், மொழிக் கொள்கையில் அதிமுகவும், திமுகவும் இரட்டைக் குழல் துப்பாக்கியாக செயல்படும் என்று அதிமுக தொடங்கியபோதும் கூறியவர் எம்ஜிஆர். திமுகவிலிருந்து பிரிந்து தனிக் கட்சி கண்டாலும், அறிஞர் அண்ணாவின் கொள்கையே தனது கொள்கை என்பதை உணர்த்தும் வண்ணம் தனது கொள்கை அண்ணாயிசம் என்று எம்ஜிஆர் கூறினார். எம்ஜிஆர் அப்படிப் பேசிய போது, பல்வேறு தரப்பினர் விமர்சனம் செய்தனர். கொள்கையற்ற தன்மையையே, எம்ஜிஆர் இப்படி வெளிப்படுத்துகிறார் என்ற பேச்சு எழுந்தது.

'அண்ணாயிசம்' என்பதற்கு விளக்கம் என்ன? என்று கேட்டபோது, அதற்கும் எம்ஜிஆர் விளக்கம் கொடுத்தார். காந்தியிசம், கம்யுனிசம், கேபிடலிசம் இந்த மூன்றும் சேர்ந்த கலவையே 'அண்ணாயிசம்' என்று எம்ஜிஆர் பதில் கொடுத்தார்.

காந்தியிசம் கம்யுனிசம் இரண்டும் கொள்கை அளவில் வேறு வேறு சித்தாந்தங்கள். இருப்பினும் இரண்டு கொள்கைகளும் ஆதிக்க

எதிர்ப்பு சிந்தனை கொண்டவை. அந்தப் புள்ளியில் இரண்டு சித்தாந்தங்களும் ஒன்றிணைகின்றன என்று எடுத்துக் கொள்ளலாம். ஆனால், கேபிடலிசமும் எனது கொள்கை என மூன்றாவது ஒன்றைச் சேர்த்துக்கொண்டார் எம்ஜிஆர். பலருக்கும் ஆச்சரியமாக இருந்தது. கேபிடலிசம் என்ற கோட்பாடு கம்யுனிசத்திற்கு எதிரானது. கம்யுனிசத்திற்கு எதிரான கேபிடலிசத்தையும் தனது கொள்கையாக சேர்த்திருக்கிறாரே எம்ஜிஆர் என்று அப்போது அறிவுஜீவிகள் மத்தியில் விமர்சனம் எழுந்தது. இருப்பினும், எம்ஜிஆர் ரசிகர்களுக்கு அவர் அறிவித்த காந்தியிசம், கம்யுனிசம் என்ற அந்த இரண்டையும் இணைத்த அண்ணாயிசம் என்ற விளக்கம் போதுமானதாகவே இருந்தது. ஏனென்றால், எம்ஜிஆர் திமுககாரராக இருந்த காலகட்டத்திலேயே, காந்தியைப் புகழ்ந்து வசனங்கள் பேசியிருக்கிறார். பாட்டாளி வர்க்கத் தோழராக கம்யுனிசம் பேசியிருக்கிறார். ஆகவே, வாத்தியார் தனது கட்சிக்கு சரியான கொள்கைகளை முன்னிறுத்தியிருப்பதாகவே அவரது தொண்டர்கள் ஆரவாரம் செய்தனர்.

'அண்ணாயிசத்தைப் படித்துவிட்டுத்தான் அதிமுகவில் நான் உறுப்பினரானேன்' என்று மறைந்த முதலமைச்சர் ஜெயலலிதா கூறியிருக்கிறார். அதிமுகவின் கொள்கை என்னவென்று யாரைக் கேட்டாலும் 'அண்ணாயிசம்' என்று சொல்வதை தொண்டர்கள் வழக்கமாகக் கொண்டனர்.

எம்ஜிஆர் தனது கட்சிக்குக் கொடுத்த 'அண்ணாயிசம்' என்ற கொள்கையை மக்கள் உள்வாங்கிக் கொண்டார்களா? என்பதைப் புரிந்து கொள்வதற்கு முன்பே, அடுத்தடுத்து வெற்றிகளைக் குவித்தார் எம்ஜிஆர்.

மூன்றுமுறை முதலமைச்சராகப் பொறுப்பேற்று, எம்ஜிஆர் பாணி ஒன்றை தமிழக அரசியலில் அறிமுகப்படுத்தினார் எம்ஜிஆர். இந்த நிலையில்தான் அண்ணாயிசத்தை வடிவமைத்த எம்ஜிஆரும், அண்ணாவின் கொள்கைக்கு நேர் மாறான ஆன்மிக அரசியலை பேசும் ரஜினிகாந்தும் ஒரே மாதிரியான அரசியல் நோக்கம் கொண்டவர்களா? என்ற கேள்வி எழுகிறது.

'எம்ஜிஆர் ஆட்சியைத் தருவேன்' என்கிறார் ரஜினிகாந்த். ஆனால், எம்ஜிஆர் தனது படங்களிலும், அரசியல் முறையிலும் ஆன்மிகத்தை அனுமதித்தாரா? திராவிட அரசியலுக்கு முக்கியத்துவம் தந்தாரா? என்கிற ஆய்வுக்கான தேவையை ரஜினிகாந்த் உருவாக்கியுள்ளார்.

எம்ஜிஆர், திமுக என்ற நாத்திக கட்சி மூலம் வெகுஜன மக்களுக்கு அறிமுகமானவர். திமுகவில் இணைவதற்கு முன்பு அவர் நடித்த படங்கள், அவருடைய தனித்தன்மையை வெளிப்படுத்தும் வண்ணம் அமையவில்லை. மந்திரிகுமாரி, மருத நாட்டு இளவரசி போன்ற திராவிட படைப்பாளர்களின் படங்களில் நடித்ததற்குப் பிறகே எம்ஜிஆர் கதாநாயக பிம்பம் பெறுகிறார்.

மிகச் சரியாகச் சொல்லவேண்டுமானால், மந்திரிகுமாரியைத் தொடர்ந்து மீண்டும் கருணாநிதியின் வசனத்தில் மலைக்கள்ளன் படத்தில் நடித்ததற்குப் பிறகே, எம்ஜிஆர் சூப்பர் ஸ்டாராகப் பரிணமிக்கிறார். அன்று தொடங்கி திமுகவின் வெற்றிப் பயணமும், எம்ஜிஆரின் வெற்றிப் பயணமும் ஒரே நேர்கோட்டுப் பாதையில் பயணிக்க ஆரம்பித்தது. தனது சொந்தப்படமான நாடோடி மன்னன் படத்தின் தொடக்கக் காட்சியில் திமுக கொடியை எம்ஜிஆர் காண்பித்தார்.

திமுகவில் அண்ணாவைச் சந்திக்கும்வரை, ருத்திராட்ச மாலை அணிந்துகொண்டு தீவிர காங்கிரஸ் பற்றாளராகவே இருந்தார் எம்ஜிஆர். ஆனால், அண்ணாவைச் சந்தித்த பிறகு அந்த நிலை மாறியது என்பதை கடந்த அத்தியாயத்திலேயே பார்த்தோம்.

தனது படங்களில் பெரும்பாலும் கருப்புச் சட்டை அணிந்திருப்பார். விபூதி பட்டை அணிந்த எம்ஜிஆரை நீங்கள் பார்ப்பது அரிது. கதாநாயகிகள் கோயிலுக்குச் சென்று கடவுளை வணங்கும் காட்சிகள் இருக்கும். ஆனால், எம்ஜிஆர் கோயிலுக்குள் சென்று வணங்குவது போல் காட்சி இருக்காது. தன்னுடைய தாய் அல்லது தன்னுடைய தலைவரான அண்ணாவை கடவுளாக பாவித்து வணங்குவார். இதுதான் எம்ஜிஆர் பாணி.

பெரியாரைப்போல் நாத்திகப் பிரச்சாரத்தை அண்ணா செய்யவில்லை. மனதளவில் தான் நாத்திகராக இருந்தாலும், தேர்தல் அரசியலுக்காக ஒன்றே குலம் ஒருவனே தேவன் என்று மேடைகளில் பேசியவர் அண்ணா. இருப்பினும் அன்றைய காங்கிரஸ்காரர்கள் திமுகவை நாத்திக கட்சி என்றே விமர்சித்தனர்.

நாத்திக முத்திரை விழுந்த திமுகவில் தனித்துவமான இடத்தைப் பெற்ற எம்ஜிஆர், தன்னை நாத்திகனாக காட்டிக் கொள்ளா விட்டாலும், ஆன்மிகவாதியாகவும் காட்டிக் கொள்ளவே இல்லை.

கருணாநிதி, முரசொலி மாறன் தயாரிப்பில் வெளிவந்த 'எங்கள் தங்கம்' படத்தில் வெளிப்படையாகவே பகுத்தறிவு பரப்புரை செய்து அசத்தியிருப்பார் எம்ஜிஆர். அந்தப் படத்தில், நம் மக்களிடம் இருக்கும் ஜோதிட நம்பிக்கை, செவ்வாய் தோஷ நம்பிக்கையை விமர்சிக்கும் வகையில் பாடல் பாடுவார் எம்ஜிஆர்.

எம்ஜிஆரின் சினிமா வரலாற்றை ஆய்வு செய்தால், திமுக பிரச்சாரமும், அண்ணா புகழுமே மேலோங்கி நிற்கும். ஆன்மிக வாசனை எங்கும் வீசவில்லை. ஆனால், ரஜினியின் திரை வரலாறு, எம்ஜிஆருக்கு முற்றிலும் மாறான அரசியலையே பேசுகிறது.

ரஜினிகாந்தின் முகம், நிறம், உடல் மொழி அனைத்தும் எம்ஜிஆரிடமிருந்து வேறுபட்டது. எம்ஜிஆர் உருவாக்கிய கதாநாயக புனித பிம்பத்தை உடைத்தவர் ரஜினிகாந்த். உழைப்பாளிகள் தொடங்கி உதிரிகள்வரை நாமும் ரஜினிதான் என்ற எண்ணத்தை விதைத்தார் ரஜினி. அதுதான் ரஜினி ஸ்டைல்.

எம்ஜிஆரை புனிதராக மக்கள் மதித்தனர். ரஜினி போன்ற சாமானியரை சூப்பர் ஸ்டாராக்கி அழகு பார்த்தனர். இருவரும் தொட்ட இடம் உச்சம். ஆனால், இருவரின் பாணியும் வேறுபட்டது.

கடவுள் நம்பிக்கை என்பதை கதாநாயகனின் தனித்த அடையாள மாக்கியதில் ரஜினி படங்களுக்கு பெரும் பங்கு உண்டு. 90களுக்குப் பிறகு ரஜினி படங்களில் கடவுளுடன் தொடர்புபடுத்தியே தொடக்கப் பாடல்கள் அமைந்தது. ரஜினியின் பெயரும் இந்து கடவுள்களின் பெயராகவே வைக்கப்பட்டது. அண்ணாமலை, அருணாச்சலம், படையப்பா, பாபா என தனது படங்களின் பெயர்களில் மட்டுமல்லாமல் படத்தின் தொடக்க பாடல் காட்சிகளிலும் ஆன்மிக போதனை இருப்பதை உணரமுடியும்.

எம்ஜிஆர் திமுகவிலிருந்து விலகி அதிமுகவைத் தொடங்கிய போதும், தன்னுடைய திராவிட அரசியலைத் தொடரவே செய்தார். உதயசூரிய னிடமிருந்து விலகி இரட்டை இலைக்காகப் பிரச்சாரம் செய்யத் தொடங்கினார். இருப்பினும், அண்ணா இருந்த இடத்தை ஆன்மிக அரசியல் ஆக்கிரமிக்கவில்லை என்பதை கவனிக்க வேண்டும்.

கருணாநிதி ஆட்சியை விமர்சித்து வந்த படங்களில்கூட, தனது திராவிட மரபை எம்ஜிஆர் மாற்றிக்கொள்ளவில்லை. நீதிக்குத்

தலைவணங்கு படத்தில் பெண் பக்தராக இருக்கும் கோயில் பூசாரியின் கபட ஆன்மிகத்தை எம்ஜிஆர் தோலுரிப்பார் என்பதை எம்ஜிஆரின் ஆன்மிக அரசியலில் விரிவாகப் பார்த்தோம்.

ரஜினிகாந்தும் தனது படங்களில் சாமியார்களை விமர்சித்து நடித்திருக்கிறார். புரட்சிகர வசனங்கள் பேசியிருக்கிறார். நாத்திகனாக கூட நடித்திருக்கிறார். ஆனால், அந்தப் படங்கள் எல்லாம், ரஜினியின் அரசியலை வெளிப்படுத்தும் படங்கள் கிடையாது. தீ, கழுகு போன்ற படங்களில் தொடங்கி ஊர்க்காவலன் வரை மூடநம்பிக்கை ஒழிப்பு ரஜினிகாந்தைப் பார்க்கலாம்.

எம்ஜிஆர் தனிக் கட்சித் தொடங்கியபிறகு நடித்த படங்கள் அனைத்தும் எம்ஜிஆரின் அரசியல் பேசிய படங்கள். கருணாநிதியைச் சாடி வெளிவந்த படங்கள். அந்தக் காலத்தில் வெளிவந்த படங்களில் மிக முக்கியமான படம் பல்லாண்டு வாழ்க. அந்தப் படத்தின் டைட்டில் காட்சிகளில் புத்தரில் தொடங்கி பெரியார், பாரதிதாசன், அம்பேத்கர், நேரு என அனைத்துத் தலைவர்களின் படங்களையும் காண்பிப்பார். தனது அரசியல் என்று சொல்லும்போது, புத்தர் இயேசு, வள்ளலாருடன் அவர் நிறுத்திக்கொள்ளவில்லை. பெரியார் அம்பேத்கரையும் சேர்த்தே காண்பிக்கிறார். 'உலகம் சுற்றும் வாலிபன்' படத்தில் கம்யுனிச தலைவர் லெனினை காதலியிடம் அறிமுகப்படுத்துவார் எம்ஜிஆர். இந்தக் குறியீடுகள் எல்லாம் எம்ஜிஆரை திராவிட அரசியலோடு மிக நெருக்கமாகவே காண்பிக்கின்றன.

எம்ஜிஆரைப் பொருத்தவரை அவருக்கு தெய்வம் அறிஞர் அண்ணா மட்டுமே. அதை திமுக படங்களிலும் வெளிப்படுத்தினார். அதிமுக தொடங்கியபோது நடித்த படங்களிலும் வெளிப்படுத்தினார். அண்ணாவை தவிர்த்து வேறு எந்தக் கடவுளையும் எம்ஜிஆர் முன்னிலைப்படுத்தியதே இல்லை.

இமயமலைக்குச் செல்வது, பாபாவை தரிசிப்பது போன்ற காட்சிகளை தனது படங்களில் காட்டத் தொடங்கினார் ரஜினிகாந்த். படையப்பாவில் பாம்பை கடவுளாக சித்தரிப்பது, அருணாச்சலத்தில் குரங்கு வடிவில் ஆஞ்சநேயரிடம் பேசுவது போன்ற பல்வேறு குறியீடுகள் மூலம் தனது ஆன்மிக அரசியலை ரஜினி வெளிப்படுத்திக் கொண்டேயிருந்தார்.

பாபா படத்தில் வெளிப்படையாக தனது ஆன்மிக அரசியலை அறிவித்தார் ரஜினிகாந்த். அந்தப் படம் வெற்றியடையாததால்

தொடர்ந்து அதுபோன்ற படங்களில் ரஜினி நடிக்கவில்லை. ஆகையால், சிவாஜி, எந்திரன் என கமர்ஷியல் பார்முலாவிற்கு மாறிவிட்டார். 'பாபா' படம் வெற்றியடைந்திருந்தால், பாபாவைப் போன்ற தொடர்ச்சியான படங்களில் நடித்திருப்பார் ரஜினிகாந்த். பாபா திரைப்படம் தோல்வியடைந்தாலும், அரசியலில் பாபா முத்திரையை முன்னிலைப்படுத்திதான் தனது அரசியல் வருகையை உறுதி செய்கிறார் ரஜினி.

எம்ஜிஆர் ஆட்சிக்கு வந்த பிறகும், ஆன்மிக அடையாளத்தை ஏற்படுத்திக் கொள்ளவில்லை. பெரியார் நூற்றாண்டை சிறப்பாகக் கொண்டாடினார். பெரியார் எழுத்துச் சீர்திருத்தத்தை சட்டபூர்வ மாக்கினார். மாவட்டம் தோறும் பெரியார் வளைவுகளை அமைத்து திராவிட இயக்கத்தின் தொடர்ச்சிதான் எனது ஆட்சி என்பதை எம்ஜிஆர் உறுதி செய்தார்.

பெரியார் பொன்மொழிகள் என்ற நூலுக்கு இருந்த தடையை நீக்கினார். இது போன்ற வரலாற்று சம்பவங்கள் அனைத்தும், எம்ஜிஆர் ஆன்மிக அரசியல் என்ற நிலையிலிருந்து விலகியிருந்தார் என்பதையே உணர்த்துகிறது.

எம்ஜிஆர் முதலமைச்சராவதற்கு முன்பு 76ம் ஆண்டு 'ஆஸ்திக சமாஜத்திற்கு எம்ஜிஆரை பேச அழைத்தபோது, 'நாத்திகம் பரவப் பரவத்தான் ஆத்திகம் பரவும் என்று பேசுகிறீர்கள். அப்படியென்றால், பெரியாரை ஏன் எதிர்க்கிறீர்கள்? நீங்கள் அவரை ஆதரிக்கத்தானே வேண்டும்.' என்று எம்ஜிஆர் பேசிய தொனி அவருக்கும் ஆன்மிக அரசியலுக்குமுள்ள இடைவெளியை அதிகப்படுத்தியது.

எம்ஜிஆர் தன்னுடைய வழிகாட்டியாக நினைத்த அறிஞர் அண்ணா அளவிற்கோ, தனது நண்பரான கலைஞர் கருணாநிதி அளவிற்கோ வெளிப்படையாக நாத்திகம் பேசியவர் கிடையாது. பகுத்தறிவு கருத்துக்களை பிரச்சாரம் செய்தவரும் கிடையாது என்பது உண்மைதான். திராவிட இயக்க மரபில் எம்ஜிஆரின் அரசியல் சற்று வேறுபட்டதுதான். ஆனால், முற்றிலும் மாறுபட்ட ஆன்மிக அரசியல் என்று சொல்ல முடியாது.

எம்ஜிஆர் உடல்நலக்குறைவாக இருந்தபோது செய்யப்பட்ட வேண்டுதல்கள், பிரார்த்தனை, போன்ற பக்தி கலாச்சார மரபு ஜெயலலிதா மறைவுவரை தொடர்ந்தது. இதுபோன்ற பூஜை

புனஸ்காரங்கள் அண்ணா உருவாக்கிய திராவிட ஆட்சிக்கு முரணானது என்ற விமர்சனங்கள் இன்றளவும் தொடர்கிறது.

கொள்கை தெளிவற்ற நிலை என்ற அடிப்படையில் எம்ஜிஆரின் அண்ணாயிசம் விமர்சிக்கப்பட்டது. ரஜினிகாந்தின் ஆன்மிக அரசியல் தெளிவாக திராவிட இயக்க அரசியல் மரபுக்கு எதிரானது என்ற அளவில் விவாதிக்கப்படுகிறது. இந்த இரண்டு இசங்களையும் ஒப்பிடும்போது ஒரு செய்தி இங்கு தெளிவாகப் புரிகிறது. இன்று ரஜினிகாந்த் முன்னெடுக்கப் போகும் 'ஆன்மிக அரசியலுக்கும்,' 'அண்ணாதான் தெய்வம்' என்பதை எளிய மக்களிடம் பிரச்சாரம் செய்த எம்ஜிஆரின் அரசியலுக்கும் பாரதூரம் இருக்கிறது என்பதே வரலாறு உணர்த்தும் உண்மை.

8

அண்ணாயிசம்... எம்ஜிஆரிசம்... விஜயகாந்த்...

'1967ம் ஆண்டு அறிஞர் அண்ணா முதலமைச்சராக இருந்தபோது நான் அண்ணாவுடன் இருக்கிறேன். 69ம் ஆண்டில் கலைஞர் முதலமைச்சராக இருந்தபோது, நான் கலைஞருடன் இருக்கிறேன். 77ம் ஆண்டில் எம்ஜிஆர் முதலமைச்சராக இருந்தபோது, நான் எம்ஜிஆரிடம் இருக்கிறேன். தற்போது, நான் விஜயகாந்த்திடம் இருக்கிறேன். அப்படியென்றால், அடுத்த முதலமைச்சர் யாரென்று உங்களுக்குத் தெரியும்?' என்று பண்ருட்டி ராமச்சந்திரன் பேசி முடிப்பதற்குள் பயங்கர கைதட்டல்....

2006ம் ஆண்டு தேர்தல் பரப்புரையின் போது மதுரை கோரிப்பாளையம் பள்ளிவாசல் தெருவில் நடைபெற்ற தேமுதிக பிரச்சாரக்கூட்டத்தில் பண்ருட்டி ராமச்சந்திரன் இப்படிப் பேசினார். அவருடைய பேச்சிற்கு நம்பிக்கையளிக்கும் வண்ணம் லட்சக்கணக்கான தொண்டர்கள் ஆரவாரம் செய்தனர்.

அறிஞர் அண்ணா, கலைஞர் கருணாநிதி, எம்ஜிஆர் போன்ற தலைவர்களுடன் ஒப்பிட்டுப் பேசும் அளவிற்கு மக்கள் ஈர்ப்பு மிக்க ஆளுமையாக விஜயகாந்த் இருந்திருக்கிறார் என்பதற்கு பண்ருட்டி ராமச்சந்திரனின் உரை ஒரு சிறு உதாரணம்.

எம்ஜிஆர் கட்சி தொடங்கியபோது எந்த மாதிரியான விமர்சனங் களை முன்வைத்தார்களோ, அதேபோன்ற விமர்சனங்களை எதிர்கொண்டார் விஜயகாந்த். எம்ஜிஆர் உருவாக்கிய அண்ணாயிசத்திற்கும், விஜய காந்திற்கும் தொடர்பு இருக்கிறதா என்றால், இருக்கிறது என்றே சொல்லவேண்டும். ஆனால், விஜயகாந்த்தின் கொள்கை அண்ணாயிசமாக வெளிப்படவில்லை. எம்ஜிஆரிசமாக வெளிப்பட்டது. எம்ஜிஆரிசமா? இது என்ன புது இசமாக இருக்கிறதே! என்று கேட்கலாம்.

அண்ணாயிசம் என்பது எப்படியோ, அப்படித்தான் இந்த எம்ஜிஆரிசமும். அண்ணாவைத் தலைவராகக் கொண்ட எம்ஜிஆர், தனது கொள்கையாக அண்ணாயிசத்தை அறிவித்தார். அண்ணாவின் கொள்கையைப் பரப்பத்தான் அவரால் உருவாக்கப் பட்ட திராவிட முன்னேற்றக் கழகம் இருக்கிறதே! அப்புறம் எதற்கு புதிதாக ஒரு கட்சி என்ற கேள்விக்கு பதில் சொல்லும் விதமாகத்தான் எம்ஜிஆர் 'அண்ணாயிசம்' என்று பெயர் வைத்தார். அதாவது திமுக அண்ணாவின் கொள்கைகளை மறந்துவிட்டது. அதனால்தான் எம்ஜிஆர் அண்ணாவின் கொள்கைகளைக் காப்பாற்ற கட்சி தொடங்கினார் என்பதே எம்ஜிஆர் ஆதரவாளர் களின் பார்வையாக இருந்தது. எனவே திமுகவிலிருந்து தங்களைப் பிரித்துக் காட்ட 'அண்ணாயிசம்' என்ற கோட்பாடு தேவைப் பட்டது.

விஜயகாந்த் கட்சி தொடங்கியபோது, எம்ஜிஆரின் கொள்கை களைக் காப்பாற்றவே கட்சி தொடங்கியதாக அவர் கூறினார். அதைத் தவிர்த்து தனது கட்சிக்கு என்று தனி இசங்களை விஜயகாந்த் அறிவிக்கவில்லை. தனது கட்சியின் பெயரிலேயேகூட, தேசிய முற்போக்கு திராவிடம் என மூன்று கருத்துருக்களை இணைத்திருந்தார்.

தேசியம் திராவிடம் இரண்டுமே கட்சியின் பெயரில் இருந்ததை அரசியல் பார்வையாளர்கள் மிகவும் வித்தியாசமாகப் பார்த்தனர். ஆனால், எம்ஜிஆர் ரசிகர்களைப்போலவே, விஜயகாந்த்தின் ரசிகர்களும் இசம் கோட்பாடு குறித்த ஆராய்ச்சிகளிலெல்லாம் ஈடுபடவில்லை. அந்த வகையில் அண்ணாயிசத்தை தொடர்ந்து வந்த எம்ஜிஆரிசம் என்று விஜயகாந்த்தின் அரசியல் கோட்பாட்டை வரையறுப்பது பொருத்தமாகவே இருக்கும்.

எம்ஜிஆர் தொடங்கிய அண்ணாயிச காலத்திலிருந்து, இன்று ரஜினி பேசும் ஆன்மிக அரசியல் காலகட்டம்வரை தமிழக அரசியல் களம்

புதுப் புது இசங்களைச் சந்தித்துவிட்டது. அந்த வகையில், எம்ஜிஆருக்குப் பிறகு திரைத்துறையிலிருந்து பெரும் ரசிகர் படையுடன் அரசியல் களம் கண்டவர் விஜயகாந்த். எம்ஜிஆர் இறந்து 18 ஆண்டுகள் கழித்து அரசியல் கட்சி தொடங்கினார் விஜயகாந்த். தான் ஓர் எம்ஜிஆர் ரசிகன் என்பதையே அழுத்தமாகச் சொல்லி அரசியல் களத்திற்கு வந்தார் விஜயகாந்த்.

2005ம் ஆண்டு விஜயகாந்த் கட்சி தொடங்கினார். ஆனால், 90களின் தொடக்கத்திலிருந்தே, தனது ரசிகர்களை அரசியல் களத்தில் இறக்கினார். விஜயகாந்த்திற்கும் எம்ஜிஆருக்கும் ஒன்றுபடும் புள்ளிகள் அதிகம். இருவருடைய சினிமா பாணியும், ரசிகர்களைக் கவரும் உத்தியும் ஒரே மாதிரியான தன்மை கொண்டவை. சினிமா, அரசியல் என இரண்டு தளங்களிலும் இவர்கள் இருவரும் ஒன்றுபட்ட, வேறுபட்ட இடங்களையும் அரசியல் களத்தில் விஜயகாந்த் ஏற்படுத்திய தாக்கத்தையும் இனி பார்ப்போம்.

விஜயராஜ் என்ற இயற்பெயர் கொண்ட விஜயகாந்த், சினிமாவிற்குள் நுழையும்பொழுது, ரஜினிகாந்த் வளர்ந்து வரும் நட்சத்திரமாக இருந்தார். அவர்மீது கொண்ட ஈர்ப்பன் காரணமாக, தனது பெயருக்குப் பின்னால் 'காந்த்' என்று சேர்த்துக்கொண்டு 'விஜயகாந்த்' என்று பெயர் மாற்றம் செய்துகொண்டார்.

சிறுவயதிலிருந்தே எம்ஜிஆர் ரசிகரான விஜயகாந்த், 'எங்க வீட்டுப் பிள்ளை 'படத்தை 70முறை பார்த்ததாக பலமுறை பதிவு செய்திருக்கிறார். பின்னர், திரைத்துறைக்கு வந்த பின்னரும், எம்ஜிஆரைப் போன்றே 'ஏழைத்தோழன் 'கதாபாத்திரத்தையே விரும்பித் தேர்வு செய்தார்.

எம்ஜிஆரைப் போன்றே, அரசியல் களத்தில் தடம் பதிப்பதற்கு தேவையான பாடல்களை விஜயகாந்த்தும் அமைத்துக்கொண்டார். எம்ஜிஆர், திமுக என்ற அரசியல் களத்தில் இருந்துகொண்டே சினிமாவிலும் முத்திரை பதித்தார்.

விஜயகாந்த் சினிமாவில் இருந்துகொண்டே, தனது ரசிகர் மன்றங்களை அரசியல் இயக்கங்களாக நடத்தி வந்தார். அந்த வகையில், எம்ஜிஆருக்கும் விஜயகாந்த்திற்கும் பல ஒற்றுமைகள் உண்டு. அதனால்,அரசியல் களத்தில் நுழைந்தவுடன், 'கருப்பு எம்ஜிஆர்' என்ற பட்டப்பெயரை அவரது கட்சியினர் அவருக்குச் சூட்டினர். கட்சித் தொடங்கிய ஆரம்ப காலகட்டத்தில், கறுப்பு எம்ஜிஆர் என்ற பட்டத்துடன் தொப்பி அணிந்து எம்ஜிஆர்

போன்றே விஜயகாந்த் படத்தை அவரது தொண்டர்கள் சுவற்றில் வரைந்தனர்.

எம்ஜிஆருக்கும் தனக்கும் இருக்கும் நெருக்கத்தை அதிகப் படுவதற்கான வேலைகளை நுட்பமாக மேற்கொண்டார் விஜயகாந்த். எம்ஜிஆர் பயன்படுத்திய பிரச்சார வாகனத்தை ஜானகி எம்ஜிஆரிடமிருந்து ஏற்கெனவே வாங்கியிருந்தார் விஜயகாந்த். அந்தப் பிரச்சார வாகனம் தன்னிடம் இருப்பதை சென்டிமெட்டாகச் சொல்லி, தமிழக மக்களிடம் பிரச்சாரம் மேற்கொண்டார்.

அரசியல் கட்சித் தொடங்குவதற்கு பல ஆண்டுகளுக்கு முன்பே, ஜானகி எம்ஜிஆரிடமிருந்து பிரச்சார வாகனத்தை வாங்கி இருக்கிறார் என்றால், தேர்தல் அரசியலுக்கான நுட்பத்துடன் விஜயகாந்த் மக்களை அணுகியிருக்கிறார் என்பதைத் தெரிந்துகொள்ளவேண்டும். பலர் கேட்டு கிடைக்காத எம்ஜிஆரின் பிரச்சார வேனை தனக்குக் கொடுத்த ஜானகி எம்ஜிஆரை பெருமைப்படுத்தும் விதமாக 'ஏழை ஜாதி' படத்தில் விஜயகாந்த் வசனம் வைத்திருப்பார்.

'எம்ஜிஆர் இறந்த பிறகு நடந்த தேர்தலில், எம்ஜிஆரின் மனைவியைத் தோற்கடித்துவிட்டார்கள்' என்று ஆதங்கமான வசனம் அந்தப் படத்தில் வரும். இந்த இடத்தில் நாம் மற்றொரு அரசியலையும் கவனிக்கவேண்டும். எம்ஜிஆர் இறந்தபிறகு ஜெயலலிதா அணி, ஜானகி அணி என அதிமுக இரண்டாகப் பரிந்தது.

89ம் ஆண்டு தேர்தலில், ஜெயலலிதா அணி 27 தொகுதிகளில் வெற்றிப் பெற்றது. ஜானகி, தான் நின்ற தொகுதியிலேயே தோல்வியுற்றார். இந்த நிலையில், கட்சியின் தலைமை ஜெயலலிதா வசம் வந்து சேர்ந்தது. ஒன்றுபட்ட அதிமுகவிற்கு தலைமையேற்று, அடுத்து வந்த தேர்தலில், தமிழகத்தின் முதலமைச்சராகியிருந்தார் ஜெயலலிதா. இந்த சூழ்நிலையில்தான், ஜெயலலிதாவின் போட்டியாளராக இருந்த ஜானகியைப் புகழ்ந்தும், அவர் வெற்றிப் பெற்றிருக்கவேண்டும் என்ற ஆதங்கத்தில் ஏழை ஜாதி படத்தில் வசனம் அமைக்கப்பட்டிருந்தது. இந்த வசனங்களை பொதுவான அரசியல் வசனம் என்று எடுத்துக் கொள்ளமுடியாது. விஜயகாந்த் தனது படங்களின் மூலம் தனது அரசியலை தொடங்கிவிட்டார் என்றே புரிந்துகொள்ளலாம். அந்தவகையில் விஜயகாந்த்தின் அரசியல்

வாழ்க்கைக்கு அடித்தளமாக வடிவமைக்கப்பட படம் 'ஏழை ஜாதி.' ஆம். ஏழை ஜாதி படத்திலேயே ஜெயலலிதாவிற்கு எதிரான வசனத்தை வைத்து தனது அரசியல் அதிரடியைத் தொடங்கியிருந்தார் விஜயகாந்த்.

விஜயகாந்த், தன்னுடைய ரசிகர் மன்றங்களை நிர்வகிப்பதில், கவனமாக இருந்தவர். 1980ம் ஆண்டே 'அகில இந்திய விஜயகாந்த் ரசிகர் மன்றம்' உருவாக்கப்பட்டது. 1978ம் ஆண்டு 'இனிக்கும் இளமை' திரைப்படத்தில்தான் விஜயகாந்த் அறிமுகமாகிறார். ஆனால், அறிமுகமான இரண்டே ஆண்டுகளில் தனக்கென்று ரசிகர் மன்றங்களை உருவாக்கினார். அப்போது, ஆக்ஷன் கதாநாயகனாக பரிணமித்துக்கொண்டிருந்த ரஜினிகாந்த்கூட ரசிகர் மன்றங்களை விஜயகாந்த் அளவிற்கு ஒருங்கிணைக்கவில்லை . ஆனால், விஜயகாந்த் ரசிகர் மன்றங்களை ஒருங்கிணைப்பதில், தனது முதல் படத்திலிருந்தே கவனமாக இருந்தார்.

1982ம் ஆண்டு, 'தமிழன் என்று சொல்லடா, தலைநிமிர்ந்து நில்லடா' என்ற முழக்கங்களைத் தாங்கிய 'தமிழ்நாடு விஜயகாந்த் நற்பணி மன்றம்' என்று தனது ரசிகர் மன்றங்களுக்கு பெயர் மாற்றம் செய்தார்.

'அகில இந்திய' என்ற பெயரை 'தமிழக தலைமை மன்றம்' என்று மாற்றியதன் பின்னணியில்கூட விஜயகாந்த்தின் நுண்ணரசியல் வெளிப்படுகிறது. தமிழ், தமிழன் என்ற அரசியலை தனது படங்களில் பேசுவதற்கு முன்பே, தனது நற்பணி மன்றங்கள் மூலமாக பேசிவிட்டார். தனக்கான அரசியல் தளத்தை வலுவாக உருவாக்குவதில் தொடக்க காலத்திலிருந்தே கவனமாக இருந்திருக்கிறார் விஜயகாந்த். அதற்கான பணிகளை சினிமாவிற்கு உள்ளும், வெளியேயும் தொடர்ந்து செய்துகொண்டே இருந்தார் விஜயகாந்த். ஆகவே, விஜயகாந்த்தின் அரசியல் வருகையை திடீர் வருகை என்ற பொருளில் எடுத்துக் கொள்ளமுடியாது.

'1965ம் ஆண்டு திமுக நடத்திய இந்தி எதிர்ப்பு போராட்டத்திலேயே, மாணவனாக நான் கலந்துகொண்டேன்' என்று விஜயகாந்த் கூறியிருக்கிறார். தமிழ் உணர்வு 13 வயதிலேயே தனக்கு ஊட்டப் பட்டதாக விஜயகாந்த் பலமுறை ஊடகங்களில் பதிவுசெய்கிறார்.

ராஜ்யம் படத்தில் வரும் 'தமிழன் தமிழன் இவன்தான் தமிழன்' என்ற பாடல் வரிகளிலும், சிம்மாசனம் படத்தில் வரும் 'தெற்கு திசை அதிர வைக்கும் சிங்கத் தமிழன் பாட்டு' பாடல் வரிகளிலும்

'தமிழன்' என்ற வார்த்தையை அழுத்தமாகப் பதிவு செய்தார் விஜயகாந்த்.

'மாநகர காவல்' படத்தின் கிளைமாக்ஸ் காட்சியில் பிரதமராக நடிக்கும் லட்சுமி 'நீங்கள் டில்லிக்கு வந்து விடுங்கள்' என்று கூறும்பொழுது, 'இல்லை தமிழருக்கும் தமிழகத்திற்கும் என்னுடைய தேவை நிறைய இருக்கு' என்று பதில் சொல்வார். இதுபோன்று தமிழோடும், தமிழகத்தோடும் தன்னைத் தொடர்புபடுத்தி வரும் வசனங்களும், காட்சி அமைப்புகளும் விஜயகாந்த் திரைப்படங்களில் சர்வசாதாரணமாக இடம் பெறும்.

இதே போல், விஸ்வநாதன் ராமமூர்த்தி படத்தில் நடிகர் விவேக் விஜயகாந்திடம் கதை சொல்வதுபோல் ஒரு காட்சி வரும். அந்தப் படத்தில் ஆங்கில மொழி மோகத்தில் தமிழை மறந்து விடக்கூடாது என்று ரசிகர்களுக்கு அறிவுரை கூறுவார் விஜயகாந்த்.

'தமிழ் நமது கண்கள். ஆங்கிலம் நாம் அணியும் கண்ணாடி. கண்ணாடிக்கு ஆசைப்பட்டு, கண்களை இழந்து விடக்கூடாது' என விஜயகாந்த் பேசும்பொழுது ரசிகர்கள் ஆர்ப்பரித்து மகிழ்ந்தனர். இது போன்ற வசனங்கள் அவருக்கான அரசியல் எதிர்பார்ப்பை மக்கள் மத்தியில் ஏற்படுத்தின.

எம்ஜிஆர்மீது தனக்கிருக்கும் அபிமானத்தை அடிக்கடி வெளிப்படுத் தினாலும், திமுக தலைவர் கருணாநிதிமீதும் தனி மரியாதை வைத்திருந்தவர் விஜயகாந்த். அவருடைய திருமணத்தை நடத்தி வைத்தவர் அன்றைய முதலமைச்சராக இருந்த கருணாநிதிதான். எம்ஜிஆரிடமிருந்து புரட்சியையும், கருணாநிதியிடமிருந்து கலைஞர் என்ற பட்டத்தையும் சேர்த்துத்தான் 'புரட்சிக் கலைஞர்' என்ற பட்டப்பெயரை அவர் வடிவமைத்துக் கொண்டார்.

கலைஞர் கருணாநிதியின் மறைவு செய்தி வந்தபோது, வெளிநாட்டில் சிகிச்சையில் இருந்தார் விஜயகாந்த். அப்போது, கலைஞரின் மறைவு செய்தி தன்னை உலுக்கி விட்டதாக குழந்தைபோல் விஜயகாந்த் அழுத வீடியோவைப் பார்த்த பலரும் கண் கலங்கினர்.

ரஜினிகாந்தைப்போன்றே விஜயகாந்த்தும், எம்ஜிஆர் இறந்த பிறகு, தனக்கான அரசியல் ஆசையை வெளிப்படுத்தி படங்களில் நடிக்கத் தொடங்கினார். ஆனால், அதே சமயம் 90களுக்குப் பிறகு திமுக ஆதரவு மனநிலையும் விஜயகாந்திடம் வெளிப்பட்டது.

78ம் ஆண்டு தனது திரையுலகப் பயணத்தை தொடங்கினாலும், 81ம் ஆண்டு வெளிவந்த 'சட்டம் ஒரு இருட்டறை' திரைப்படம்தான் விஜயகாந்த்திற்கு கதாநாயக பிம்பத்தைக் கொடுத்தது.

குறிப்பாக எஸ்.ஏ.சந்திரசேகரின் இயக்கத்தில் விஜயகாந்த் நடித்த அனைத்துத் திரைப்படங்களும் 'சி' சென்டர் பார்வையாளர்களை திருப்திபடுத்தின. பெரும்பாலும் விஜயகாந்த் எஸ்.ஏ.சந்திரசேகர் திரைப்படங்களின் இறுதி காட்சி பெரும்பாலும் நீதிமன்றக் காட்சியாகத்தான் இருக்கும். நான் ஏன் அந்த தவறைச் செய்தேன்? என்று விஜயகாந்த் விளக்கமளிப்பார். அப்போதுதான் சமூக அவலங்களை, அனல் பறக்கும் வசனங்களாக விஜயகாந்த் பேசுவார். இந்த வசனங்களே பிற்காலத்தில் விஜயகாந்த் என்றால், அழுத்தமான அரசியல் வசனங்கள் பேசுவார் என்ற முத்திரையைக் கொடுத்தது.

முதன்முதலாக தலித் அரசியல் பேசிய படம் என்று கபாலியை இன்றைய தலைமுறை கொண்டாடுகிறார்கள். ஆனால், 35 ஆண்டுகளுக்கு முன்பே விஜயகாந்த் நடித்த 'அலை ஓசை' திரைப்படம் வெளிப்படையாக 'தலித் அரசியல்' பேசியது. தற்போது குறியீடாக பேசும் பல அம்சங்களை பகிரங்கமாக பேசிய படம் 'அலை ஓசை'. அந்தப் படத்தில் வரும் 'வாளேந்தடா போராடுடா' என்ற பாடலில் பண்ணையார் ஆதிக்கத்தையும், சாதி ஆதிக்கத்தையும் ஒரு சேர விமர்சிக்கும் வரிகள் இடம் பெற்றிருக்கும். பட்டியல் சமூகத்தினரின் பெயர்களைச் சொல்லி அந்தப் பாடலில் பாடல் வரிகள் வரும். இன்றும் இடதுசாரி மேடைகளில் விஜயகாந்த் நடித்த அந்தப் பாடல் இடம்பெறுகிறது.

'சிவப்பு மல்லி' திரைப்படம் தொழிற்சங்க அரசியலை பேசிய படம். இந்தப் படத்தில் வரும் 'எரிமலை எப்படி பொறுக்கும்?' பாடல் இடதுசாரி மேடைகளிலும், 90களுக்குப் பிறகு தலித் மேடைகளிலும் தவிர்க்க முடியாத பாடலாக மாறிப் போனது. நல்ல கருப்பு நிறத்தில், சிவப்புச் சட்டையை அணிந்துகொண்டு, கண்களை துருத்திக் கொண்டும் விஜயகாந்த் நிற்கும் சுவரொட்டிகள் கடைக் கோடி கம்யுனிஸ்ட் தொண்டனை நினைவுபடுத்தியது.

திரைப்படங்களில் பேசிய அரசியலுக்கும் அவருக்கும் நேரடி தொடர்பு இருந்ததா? என்பதை உறுதியாகச் சொல்லமுடியாது. ஆனால், இந்தப் படங்கள் பேசிய அரசியல், அடித்தட்டு மக்கள் மத்தியில் அவருக்கு அழுத்தமான அடையாளத்தைக் கொடுத்தது.

84ம் ஆண்டு ஈழத்தமிழர் விவகாரம் தமிழகத்தில் மிகப்பெரிய அளவில் அதிர்வலைகளை ஏற்படுத்தியது. அந்தத் தருணத்தில், தமிழகத்திலுள்ள அனைத்து விஜயகாந்த் மன்றங்களும், ஈழத் தமிழர்களுக்காக உண்ணாநிலைப் போராட்டங்களை நடத்தின.

சூப்பர் ஸ்டார் ரஜினிகாந்தும், சூப்பர் ஆக்டர் கமல்ஹாசனும் அமைதியாக இருக்க, விஜயகாந்த் தனது ரசிகர் மன்றங்கள் மூலம் தனது அரசியல் பயணத்தைத் தொடங்கியிருந்தார் என்பதை தமிழக அரசியல் களம் நுட்பமாகக் கவனித்தது.

90ம் ஆண்டு வெளிவந்த 'கேப்டன் பிரபாகரன்' திரைப்படம் விஜயகாந்த்தின் நூறாவது திரைப்படம். எம்ஜிஆரின் நூறாவது படம் 'ஒளி விளக்கு'. எம்ஜிஆருக்குப் பிறகு 100வது திரைப்படம் வெற்றிகரமாக ஓடிய வரலாறு விஜயகாந்திற்கு மட்டும்தான் உண்டு.

சந்தன கடத்தல் வீரப்பன் கதையை, வீரப்பன் உயிருடன் இருந்த போதே, வீரப்பனை பிடிப்பதுபோல் கற்பனையாக எடுத்த படம் கேப்டன் பிரபாகரன். இந்தப் படம் வீரப்பனை கொலைகாரனாக, கொள்ளைக் காரனாக சித்தரித்தாலும், படத்தின் இறுதிக் காட்சியில் வீரப்பனைவிட, அவனை இந்த நிலைக்குத் தள்ளிய அரசியல்வாதிகள்தான் குற்றவாளிகள் என்று கருத்தை சொல்லியிருக்கும். இந்தப் படத்திற்குப் பிறகுதான் 'கேப்டன்' என்ற பட்டம் விஜயகாந்த்திற்குக் கிடைத்தது.

வட தமிழகத்தில் மலையோர கிராமங்கள் உட்பட பல பகுதிகளில் வீரப்பனுக்கு செல்வாக்கு இருந்ததை இந்த இடத்தில் பொருத்திப் பார்க்கவேண்டும். கேப்டன் பிரபாகரன் படத்தில் வீரப்பனை பிடிக்கவரும் காவல்துறை அதிகாரியாக நடித்தாலும், வீரப்பனை கொள்ளைக்காரனாக மாற்றியது இந்த அதிகார வர்க்கம்தான் என்று விஜயகாந்த் பேசும் வசனம் வீரப்பனை விரும்பும் மக்களிடமும் விஜயகாந்த்தைக் கொண்டு சேர்த்தது.

இயக்குநர் பி.வாசு விஜயகாந்த் கூட்டணியில் வெளிவந்த 'பொன்மனச் செல்வன்' திரைப்படத்தில் வரும் ஓபனிங் சாங், விஜயகாந்த்தின் அரசியல் வாழ்விற்கான அடித்தளமாக அமைந்தது. 'நீ பொட்டு வச்ச தங்ககுடம்' என்று தொடங்கும் அந்தப் பாடலில், 'நன்மையெல்லாம் உன்னைத் தேடி வரும்', 'வல்லவன்தான் இவன் வல்லவன்தான்' போன்ற வரிகள் அமைந்திருக்கும். இந்த வரிகள், விஜயகாந்த் என்னும்

நடிகனுக்காக அமைக்கப்பட்டவை அல்ல. பிற்காலத்தில் அவரது அரசியல் எதிர்காலத்தை கணக்கில் கொண்டு உருவாக்கப்பட்ட வரிகள்.

விஜயகாந்த் கட்சி தொடங்கியபோது, விஜயகாந்த் தனது சொந்த ஊரான மதுரையில் ஏதேனும் ஒரு தொகுதியில்தான் நிற்பார் என்று பெரும்பாலானோர் எதிர்பார்த்தனர். ஆனால், அவர் தேர்ந்தெடுத்த தொகுதி வட தமிழகத்தில் இருந்தது. வட தமிழகத்தில்தான் அவருக்கு அதிகமான தொண்டர்கள் இருந்தார்கள் என்பதை விஜயகாந்த் சரியாகக் கணித்தார். அதற்கான ஆரம்பச் சுழி ஏழை ஜாதி படத்திலே தெரிந்தது. ஆம். ஏழை ஜாதி படத்தில் சென்னைப் பகுதியை ஒட்டி வளர்ந்து கொண்டிருந்த சாதிக் கட்சிகளை வெளிப்படையாக விமர்சித்து வசனங்களைப் பேசினார். வட தமிழகத்திலுள்ள பட்டியல் சமூகத்தினர் மற்றும் வன்னியர் சமூகங்கள் மத்தியில் விஜயகாந்த் நீங்கா இடம்பெற்றார். 2006ம் ஆண்டு தேர்தல் முடிவில் அந்த உண்மை எல்லோருக்கும் தெரிந்தது.

ஏழை ஜாதியைத் தொடர்ந்து பல படங்களில் சாதிக் கட்சித் தலைவர்களை கொடூரமானவர்களாகச் சித்தரித்து விஜயகாந்த் திரைப்படங்கள் வெளிவர ஆரம்பித்தன. 'வல்லரசு' திரைப் படத்தில், சாதி கட்சித் தலைவராக இருக்கும் மன்சூர் அலிகானை விஜயகாந்த் புரட்டி புரட்டி எடுக்கும் காட்சி நகைச்சுவையாக காண்பிக்கப்பட்டிருக்கும். இன்றைய அரசியல் சூழலில் சாதிக் கட்சிகளை விமர்சித்து படம் எடுப்பது சாத்தியமில்லாத விஷயம். ஆனால், விஜயகாந்த் 20 ஆண்டுகளுக்கு முன்பே சாதிக் கட்சித் தலைவர்களை கடுமையாக கண்டனம் செய்து காட்சிகளை வைத்திருக்கிறார்.

கட்சித் தொடங்குவதற்கு சில ஆண்டுகளுக்கு முன்பு நடித்த படங்கள் அனைத்திலும் சாதிக் கட்சித் தலைவர்களை விமர்சித்திருப்பார் விஜயகாந்த். தமிழகத்தின் பெரும்பான்மை சமூகங்களாக இருக்கும், பிற்படுத்தப்பட்ட, பட்டியல் சமூக மக்கள்தான் தனது படங்களின் விசிறிகள் என்பதை விஜயகாந்த் நன்கு புரிந்துகொண்டார். ஆகையால், அந்த மக்கள் அவர்கள் சமூகம் சார்ந்த கட்சிகளுக்குச் சென்று விடாமல் தடுக்கும் பணியினை தனது படங்களின் மூலமாகச் செய்தார் விஜயகாந்த்.

விஜயகாந்த்தின் இந்த நுட்பமான அரசியல் அவருக்கு தேர்தலில் கை கொடுத்தது. விஜயகாந்த் சந்தித்த முதல் தேர்தலில், பாமக,

விடுதலைச் சிறுத்தைகள் கட்சிகளுக்கு செல்வாக்கான தொகுதிகளில் விஜயகாந்த் அதிக வாக்குகளை வாங்கியிருந்தார்.

வன்னியர் இடஒதுக்கீட்டிற்காக போராடாத விஜயகாந்திற்கு வன்னியர்கள் வாக்களிக்கிறார்கள். சாதி ஒழிப்பு போராட்டம் நடத்திடாத விஜயகாந்த் பின்னால் ஆதிதிராவிடர்கள் செல்கிறார்களே! என்று அப்போது மேடைகளில் இரு தரப்பினரும் பேசினார்கள். ஆனால், சமூக நீதி செயற்பாட்டாளர்களின் பேச்சு, எழுத்து, களப்பணியின் மேல் ஏற்படாத ஈர்ப்பு திரையில் நடித்த விஜயகாந்த் மேல் ஏற்பட்டிருக்கிறது என்பதையே தேர்தல் களம் உணர்த்தியது.

ஆண்டவனோடும் மக்களுடனும்தான் கூட்டணி என்பது விஜயகாந்த் கட்சி தொடங்கும்போது சொன்ன வாசகம். ஆனால், அந்த வசனத்தை கட்சி தொடங்குவதற்கு எட்டு ஆண்டுகளுக்கு முன்பு வெளிவந்த உளவுத்துறை படத்திலேயே பேசிவிடுவார் விஜயகாந்த். ஆகவே, அவர் சினிமாவில் நடித்துக்கொண்டு மட்டுமில்லை. நடித்துக் கொண்டே கட்சிப் பணிகளுக்கான முன்னோட்ட வேலைகளைத்தான் செய்துகொண்டிருந்தார்.

‘உலகம் சுற்றும் வாலிபன்’ படத்தில், புத்த விகாருக்குள் செல்லும் எம்ஜிஆர், மிகவும் பயபக்தியுடன் சென்று புத்தரை வணங்குவார். மேலும், புத்தருக்கு முன்பு வன்முறை கூடாது என்பதால், நம்பியாரிடம் அடி வாங்கிக்கொண்டு பொறுமையாக இருப்பார். இதேபோன்ற காட்சியை மாநகர காவல் படத்திலும் விஜயகாந்த் வைத்திருப்பார். பள்ளிவாசலில், வில்லன்களை அடிக்காமல் அடிவாங்கிக்கொள்வார். ஏனென்றால், அங்கு தொழுது கொண்டிருக்கும் இஸ்லாமியர்களுக்கு தொந்தரவு வந்துவிடக் கூடாது என்பதால் விஜயகாந்த் அடிவாங்கிக் கொள்வார். இதுபோன்ற எம்ஜிஆர் பாணி காட்சிகளை 30 ஆண்டுகளுக்கு முன்பே விஜயகாந்த் கடைபிடிக்க ஆரம்பித்துவிட்டார். ஏனென்றால், விஜயகாந்த்தின் இலக்கு எம்ஜிஆர் ரசிகர்கள்தான். ஆகவே, அந்தப் பாணியை சரியாக கடைபிடித்து அவர்களை வசீகரிப்பதில் வெற்றியும் கண்டார் விஜயகாந்த்.

2006ம் ஆண்டு தேர்தலில் தனித்துப் போட்டியிட்டு, தேமுதிக 8 விழுக்காடு வாக்குகளைப் பெற்றது. அந்தத் தேர்தலில், விஜயகாந்த் விருத்தாச்சலம் தொகுதியிலிருந்து சட்டமன்ற உறுப்பினராக தேர்ந்தெடுக்கப்பட்டார். விருத்தாச்சலம் தொகுதி, வன்னியர்களும் ஆதிதிராவிடர்களும் அதிகம் இருக்கும் பகுதி

என்பது குறிப்படத்தக்கது. ஏற்கெனவே, அந்த இரண்டு சமூக மக்களிடம் விஜயகாந்த் செல்வாக்குப் பெற்றுவிட்டார் என்பதை நாம் முன்னரே பார்த்தோம்.

2011ல் அதிமுகவுடன் கூட்டணி சேர்ந்து விஜயகாந்த் எதிர்க்கட்சித் தலைவரானார். அந்தத் தேர்தலில் திமுகவுடன் பாமக, விடுதலைச் சிறுத்தைகள் என வட தமிழகத்தில் செல்வாக்குள்ள இரண்டு கட்சிகளும் கூட்டணி வைத்திருந்தன. இருப்பினும் திமுக கூட்டணி வடதமிழகத்தில் மிகப்பெரும் பின்னடவைச் சந்தித்தது. அதற்கு முக்கிய காரணம் விஜயகாந்த். ஆம். அதிமுகவுடன் விஜயகாந்த் வைத்த கூட்டணி பாமக, விடுதலைச் சிறுத்தைகளின் செல்வாக்கையும் மீறி வட தமிழகத்தில் அதிமுக கூட்டணியை வெற்றிப் பெற வைக்க முக்கிய காரணியாக அமைந்தது.

2016 தேர்தலில் திமுக, பாஜக, மக்கள் நலக் கூட்டணி என அனைத்துக் கட்சிகளும் கூட்டணி வைக்க விரும்பும் கட்சியாக தேமுதிக இருந்தது. திமுகவுடன்தான் தேமுதிக கூட்டணி வைக்கப் போகிறது என்று, தேமுதிக - திமுக தொண்டர்கள் உட்பட பலரும் நினைத்திருந்த வேளையில், மக்கள் நலக்கூட்டணியுடன்தான் கூட்டணி என்று விஜயகாந்த் அறிவித்தார்.

தேர்தல் முடிவில், மக்கள்நலக் கூட்டணி மிகப் பெரிய தோல்வியை சந்தித்தது. விஜயகாந்த் உட்பட கூட்டணியின் முக்கியத் தலைவர்கள் அனைவரும் தோல்வியடைந்தனர். அந்தத் தேர்தல் முடிவில்தான், விஜயகாந்திற்கு செல்வாக்கு பெரிய அளவில் சரிந்தது.

தனித்து நின்றபோது இருந்த செல்வாக்குகூட விஜயகாந்த் மக்கள் நலக்கூட்டணியுடன் இணைந்து தேர்தலை சந்தித்தபோது இல்லை. அதற்கு முன்பு 2014 மக்களவைத் தேர்தலில், பாஜக, பாமக, மதிமுகவுடன் தேமுதிக கூட்டணி வைத்தது. அந்த தேர்தலில் தருமபுரி தொகுதியில், அன்புமணி ராமதாஸ் வெற்றிப் பெறுவதற்கும், கன்னியாகுமரி தொகுதியில் பாஜக மூத்த தலைவர் பொன்.ராதாகிருஷ்ணன் வெற்றிப் பெறுவதற்கும் தேமுதிக முக்கிய பங்காற்றியது. ஆனால், தேமுதிக போட்டியிட்ட அனைத்துத் தொகுதிகளிலும் தோல்வியைச் சந்தித்து.

2014 தேர்தலில் தொடங்கிய பின்னடைவு, 2016 லும் தொடர்ந்தது. 2019 தேர்தலில் அதிமுக பாஜகவுடன் வைத்த கூட்டணியும் தோல்விதான்.

திமுக தலைவர் கருணாநிதியும் அதிமுக தலைவர் ஜெயலலிதாவும் ஆளுமை செலுத்திக்கொண்டிருந்த நேரத்தில், துணிச்சலாக களம் கண்டவர் விஜயகாந்த். இந்த விஷயத்தில், ஜெயலலிதா இறந்தபிறகு கட்சித் தொடங்கிய கமலஹாசனையும், அரசியல் பேசும் ரஜினிகாந்தையும், விஜயகாந்த்துடன் ஒப்பிட்டு அரசியல் பார்வையாளர்கள் பலர் பாராட்டினர்.

2011 தேர்தலில் அதிமுகவுடன் கூட்டணி வைத்து 29 இடங்களைப் பெற்று எதிர்க்கட்சி அந்தஸ்தை பெற்றார் விஜயகாந்த். ஆனால், சிறிது காலத்திற்குள் முதலமைச்சர் ஜெயலலிதாவிற்கும், விஜயகாந்த்திற்கும் சட்டமன்றத்தில் வார்த்தைப் போர் நடை பெற்றது. அன்று துணிச்சலாக ஜெயலலிதாவை எதிர்த்துப் பேசிய விஜயகாந்த்தின் செயலும், 'உங்களுடன் கூட்டணி வைத்ததற்காக வெட்கப்படுகிறேன்' என்று ஜெயலலிதா பேசியதும் அரசியல் களத்தையே பெரும் பரபரப்புக்குள்ளாக்கியது.

பொதுவாக, எம்ஜிஆர் ஆட்சிக்குப் பிறகு, திமுக அதிமுக வார்த்தை யுத்தங்களாகவே தமிழக சட்டமன்றம் செல்லும். அந்த இரு பெரும் கட்சிகள்தான் தமிழகத்தின் பேசு பொருளாக இருப்பார்கள். ஆனால், விஜயகாந்த் சட்டமன்றத்தில் அதிமுக போட்டி திமுக என்ற மரபை மாற்றி, அதிமுக போட்டி தேமுதிக என மாற்றிக் காட்டினார். அன்றைய சட்டமன்றத்தில், ஜெயலலிதாவும், விஜயகாந்த்தும் மட்டுமே பேசு பொருளாக மாறிப்போயினர்.

தமிழகத்தின் முதன்மையான கட்சியான திமுகவே அன்றைய தினம் பார்வையாளராகத்தான் இருந்தது. அந்தவகையில் விஜயகாந்த் ஜெயலலிதாவை எதிர்த்த தினம் சட்டசபையில் ஒரு அத்திபூத்தாற் போல் நடக்கும் அதிசய தினமே. ஆனால், விஜயகாந்த் தொடர்ந்து அதிசயங்களை நிகழ்த்துவார் என்று நினைத்த அவரது தொண்டர்களுக்கு ஏமாற்றமே மிஞ்சியது.

2014 மக்களவைத் தேர்தலில் தொடங்கிய தோல்வி, 2019 மக்களவை வரை தொடர்கிறது. தொடக்கத்தில் விஜயகாந்த்தின்மீது வைத்த நம்பிக்கையை மக்கள் இழந்து விட்டார்களா? விஜயகாந்த்தின் உடல் நிலை காரணமாக தொண்டர்கள் சோர்ந்துவிட்டனரா? போன்ற கேள்விகள் எழுகின்றன.

எம்ஜிஆரைப் போன்றே திரைப்படங்களில் நடித்தார். எம்ஜிஆரின் பார்வையாளர்களை பெரும்பாலும் கவர்ந்திழுத்தார். துணிச்சலாக

களத்திற்கு வந்தார். இருந்தாலும், எம்ஜிஆர் அடைந்த உயரத்தை விஜயகாந்த்தால் அடையமுடியவில்லை.

எம்ஜிஆரை திராவிட கட்சியின் நீட்சி என்று சொல்லலாம். ஆனால், தேமுதிகவை திராவிட கட்சியின் நீட்சி என்று சொல்வதைவிட எம்ஜிஆர் ரசிகனின் கட்சி என்று சொல்வதே பொருத்தமாக இருக்கும். இனி வரும் காலங்களில் கேப்டனின் அரசியல் பயணம் எப்படி இருக்கும் என்று தெரியாது. ஆனால், தனக்காக கொடி கட்டிய ரசிகர்கள் பலருக்கு கட்சியில் பொறுப்பு கொடுத்தார். சாமான்ய ரசிகர்களை சட்டமன்ற உறுப்பினர் களாக்கினார். அந்தவகையில் தன்னால் இயன்றதை தமிழகத்துக்கு செய்தாரோ இல்லையோ, தனது ரசிகர்களுக்கு செய்தார் என்பதே தேமுதிகவின் வரலாறு.

எம்ஜிஆரின் தொடர்ச்சியாக விஜயகாந்த் இருந்ததை பார்த்தோம். எம்ஜிஆர், திராவிடம் என்ற இரண்டுக்கும் தொடர்பில்லாமல், புது அரசியல் பாணியை உருவாக்கிய நடிகரின் அரசியல் குறித்து அடுத்த அத்தியாயத்தில் பார்ப்போம்.

9

அண்ணாயிசம்… ஆன்மிகம்… மய்யம்…

எம்ஜிஆரின் ஆட்சியைக் கொடுப்பேன் என்று சொன்ன ரஜினிகாந்தின் ஆன்மிக அரசியலும், எம்ஜிஆர் குறிப்பிட்ட அண்ணா அரசியலும் ஒன்றா? இரண்டும் பேசப்பட்ட கால கட்டத்தில் ஏற்பட்ட மாற்றங்கள் குறித்து கடந்த அத்தியாயங்களில் பார்த்தோம். இப்போது அண்ணா குறிப்பிட்ட திராவிடத்தோடும் சேர்ந்து நில்லாது, ரஜினிகாந்த் குறிப்பிடும் ஆன்மிகத்துடனும் சார்ந்து இல்லை என்று சொல்லும் மய்ய தத்துவத்தை ஆராய்வோம்.

நடிகர் கமலஹாசன் தனது திரைப்படங்கள் மூலமாக தனித்துவமான ஆளுமையாக தமிழகத்தில் அடையாளம் காணப்பட்டவர். புதுப் புது தொழில்நுட்பங்களை தமிழ் திரையில் புகுத்தியவர். திரைப்படத்திற்காக பல்வேறு கடினமான முயற்சிகளையும் தயங்காமல் எடுப்பவர். அந்த கமலஹாசன் அரசியலுக்கு வருவார், கட்சித் தொடங்குவார், தேர்தலை சந்திப்பார் என்று யாருமே எதிர்பார்த்திருக்கமாட்டார்கள்.

ஆனால், ரஜினிகாந்திற்கு முன்பு அரசியல் கட்சியைத் தொடங்கி ஆச்சரியப்படுத்தினார் கமலஹாசன்.

இதுவரை அரசியலுக்கு வந்த நடிகர்களுக்கும், கமலஹாசனுக்கும் பெரிய அளவில் வேறுபாடு இருக்கிறது. எம்ஜிஆரின் திரைப் படங்கள் அனைத்தையும் திரைப்படங்கள் என்ற ஒற்றை பார்வையில் பார்த்து விட முடியாது. ஏனென்றால்,அவருடைய படங்கள் அனைத்திலும், ஆபத்திலிருந்து எளிய மக்களை காக்கின்ற ரட்சகராகவே அவர் வருவார். எம்ஜிஆர் உருவாக்கிய அந்த பிம்பம் மற்றும் திமுக ஏற்படுத்திக் கொடுத்த வலுவான அடித்தளம் பின்னாளில் அவர் அரசியலில் அரியணை ஏறுவதற்கு வாய்ப்பாக அமைந்தது.

அதன் பிறகு ரஜினிகாந்த், விஜயகாந்த் படங்களும் மக்களை பாதுகாக்கிற கதாநாயக பிம்பத்தைத் தந்தன. அந்த ஆக்‌ஷன் ஹீரோ இமேஜை வைத்தே அவ்வப்போது அரசியல் பன்ச் வசனங்களும் பேசினர்.

பிற்காலத்தில் அரசியலுக்கு வருவதற்காக இவர்கள் அடி போடுகிறார்கள் என்று அப்போதே பேசப்பட்டது. குறிப்பாக ரஜினிகாந்தும் விஜயகாந்த்தும் 88ம் ஆண்டிற்குப் பிறகு வெளிப் படையாகவே அரசியல் குறியீடுகளைப் பேச ஆரம்பித்தனர்.

தன்னுடைய படங்களில், ‘கட்சியும்வேணாம், கொடியும் வேண்டாம்’ என்று பாடல் வரிகள் வைத்திருப்பார் ரஜினிகாந்த். படத்திற்கும் இந்த வரிகளுக்கும் தொடர்பே இருக்காது. இருந்தாலும், ரசிகர்களை உற்சாகப்படுத்த இதுபோன்ற வரிகள் வைக்கப்பட்டது என்பதை நாம் ஏற்கெனவே பார்த்தோம். ரஜினிகாந்த் பன்ச் டயலாக் பேசிய அந்த காலகட்டங்களில் எல்லாம், நாயகன், அபூர்வ சகோதரர்கள் என சினிமாவில் அடுத்தடுத்தக் கட்ட புதுப் பாய்ச்சலுக்கு தயாராகிக் கொண்டிருந்தார் கமல்.

ரஜினிகாந்தைப் போலவே, விஜயகாந்த்தின் படங்களும் கடந்த 25 ஆண்டுகளாக வெளிப்படையாக அரசியல் பேசியது. அதுவும் விஜயகாந்த் படங்களில், ‘தான் அரசியலுக்கு வருவேன்’ என்பது போல் உறுதியான வசனங்கள் இருக்கும். அது மட்டுமல்லாமல், தனது ரசிகர் மன்றங்களை, கட்சி கிளைகள்போலவே அவர் வளர்த்து வந்தார். உள்ளாட்சித் தேர்தலிலும் அவர்கள் சுயேட்சையாக நின்று வெற்றிப் பெற்றனர். கட்சி தொடங்குவதற்கு முன்பே, தனது கட்சிக் கொடியைப் படங்களில் பயன்படுத்தி வந்தவர் விஜயகாந்த்.

ரஜினிகாந்த், விஜயகாந்த் படங்களிலிருந்து மட்டுமல்ல, தனது ரசிகர்களை அணுகும் விதத்திலும், கமலஹாசன் முற்றிலும் மாறுபட்டவர். தன்னுடைய படங்களில், பெரும்பாலும் அரசியல் பேசியதே கிடையாது. தன்னை ஒரு 'உலகத்தரமிக்க கலைஞன்' என்று வெளிப்படுத்துவதில், மட்டுமே ஆர்வமாக இருந்தார். 'நாயகனு'க்குப் பிறகு வந்த அவரது படங்களில், இயக்கத்திலும் அவருடைய பங்களிப்பு இருக்கும். நாயகனுக்கு முன்பு அவர் நடித்த படங்கள் பெரும்பாலும் பி அண்ட் சி சென்டர் படங்கள்தான்.

87க்குப் பிறகு, தனக்கென்று முத்திரை பதிக்கும் திரைப்படங்களில் கமல் நடிக்க ஆரம்பித்தார். அப்போதிருந்து இப்போதுவரை, அவருடைய படங்களில் அடித்தட்டு ரசிகர்களை ஈர்க்க வேண்டுமென்பதற்காக காட்சிகளோ, வசனங்களோ இருக்காது. தான் நடித்த திரைப்படங்களின் மூலமாக, தேர்தல் அரசியலுக்கான எந்த அடித்தளத்தையும் கமலஹாசன் உருவாக்கவில்லை. ஜெயலலிதா மரணத்திற்குப் பிறகு, தனது அரசியல் வருகையை அறிவித்தார் கமலஹாசன். முதலில், ட்விட்டர் மூலம் ஆளும் அதிமுக அரசை விமர்சிக்கத் தொடங்கிய கமல், கட்சித் தொடங்கியபின் திமுக எதிர்ப்பை தீவிரப்படுத்தத் தொடங்கினார். ஆனால், நடுவண் அரசு எதிர்ப்பை மட்டும் மிகவும் மென்மையாகவே செய்கிறார் என்ற விமர்சனம் இப்போதுவரை அவரை பின்தொடர்ந்து வருகிறது.

சரி. நமது மய்ய நோக்கத்திற்கு வருவோம். எம்ஜிஆருக்கு அண்ணாயிசம், விஜயகாந்த்திற்கு எம்ஜிஆரிசம், ரஜினிகாந்திற்கு ஆன்மிக அரசியல், கமலுக்கு என்ன என்ற கேள்வி எழுகிறது அல்லவா?

அதற்குத்தான் கமல் ஒரு தெளிவான பதிலைக் கூறினார். மய்ய அரசியல். மேற்கத்திய நாடுகளில் இந்த மய்யத் தத்துவம் பரவி வருகிறது. அதைப்போல் நானும் மய்ய அரசியல் செய்யப் போகிறேன் என்றார். இதன் பொருள் என்ன? நான் திராவிட கருத்தியலாளனும் கிடையாது. இந்துத்துவ பார்வையாளரும் கிடையாது. கம்யுனிசத்தின்மீதும் நம்பிக்கை கிடையாது. முதலாளித்துவத்தையும் தீர்வாகச் சொல்ல மாட்டேன் என்பதுதான் கமல் சொல்லும் மய்யம்.

இவ்வளவு நடுநிலையாக ஒரு கோட்பாடா? என்று அரசியல் பார்வையாளர்கள் அனைவரும் ஒரு கணம் திகைத்து நின்றனர்.

இதுவும் சரிதானே! என்று இளைஞர்கள் பலர் ஆதரித்தனர். கமலின் மய்ய கோட்பாடுதான் சரியான அரசியல் என்று கமல் ரசிகர்கள் கொண்டாடினர்.

கமலஹாசனின் மய்ய அரசியலை தொடக்கத்தில் இருந்தே பெரியாரிய உணர்வாளர்கள் விமர்சிக்கத் தொடங்கினர். 'முயலும் முயலைக் கொல்லும் நரியும் இருக்கிறது என்று எடுத்துக் கொள்வோம். நான் நல்லவன் என்றால், முயல் பக்கம் இருக்கவேண்டும். இல்லையென்றால் வெளிப்படையாக நரி பக்கம் இருக்கவேண்டும். நான் இரண்டிற்கும் ஆதரவாக இருப்பேன் என்று சொன்னால், அது நாணயமான சிந்தனை கிடையாது. ஆகவே கமலின் மய்யக் கோட்பாட்டில் நேர்மை இல்லை. வலதுசாரி கருத்தியலுக்கு ஆதரவு தரும் துணைக் கோட்பாடே மய்யம்' என்ற கோணத்தில் விமர்சனங்கள் வந்தன.

ஆனால், கமல் தன்னை மீண்டும் மய்யம் என்றார். நான் கருப்பும் இல்லை காவியும் இல்லை. கருப்புக்குள் காவியும் அடக்கம் என்று புது விளக்கமளித்தார்.

அறிவியல் கோட்பாட்டின்படி, கருப்பு என்ற நிறத்திற்குள் காவியும் அடக்கம் என்று சொல்வதுகூட ஒரு வகையில் சரியாக இருக்கலாம். ஆனால், தமிழக அரசியல் களத்தில் கருப்புக்குள் காவி என்பது முரண்பாடுகளின் உச்சமாக இருக்கிறதே! என்று எதிர்வினைகள் வந்தது. அதாவது கமல் தன்னை மய்யம் என்று சொல்கிறார். உண்மையில் அவரது மய்யம் இடதுக்கு தொலைவாக இருக்கிறது. வலதிற்கு அருகாமையில் இருக்கிறது என்று சிலர் விளக்கம் கொடுத்தனர்.

எம்ஜிஆர் உருவாக்கிய 'அண்ணாயிசம்' கூட பெரிய அளவில் விவாதிக்கப்படவில்லை. காரணம் ஏற்கெனவே அண்ணா உருவாக்கி வைத்திருந்த திராவிடம், மாநில சுயாட்சி என்ற பாதையில்தான் நான் செல்லப்போகிறேன் என்று எம்ஜிஆர் சொல்லிவிட்டதால், அவருடைய அண்ணாயிசத்தை யாரும் எதிர்மறையாகப் பார்க்கவில்லை. ஆனால், கமலஹாசனின் மய்யம் வெளிப்படையாக தமிழகத்தில் இருக்கும் திராவிட அரசியல் மரபிற்கு எதிரான மாற்று அரசியலை முன் வைத்தது.

தமிழகத்தில் திமுகவிலிருந்து பிரிந்து கட்சித் தொடங்கிய எம்ஜிஆர், விஜயகாந்த் போன்றோர் தங்களின் கட்சிப் பெயரில் திராவிடம், அண்ணா போன்ற குறியீடுகளை தவறாமல்

பயன்படுத்தினர். அவர்கள் திமுகவிற்கு எதிராகப் பேசலாம், அதிமுகவிற்கு எதிராக பேசலாம், ஆனால், திராவிட மரபிற்கோ, அண்ணா, பெரியார் போன்ற தலைவர்களின் கருத்தியலுக்கு எதிராகவோ தங்களை முன்னிறுத்திக் கொள்ளவில்லை.

கமலஹாசன் தமிழகத்தின் திராவிட மரபுக் குறியீடுகள் இல்லாமல் கட்சித் தொடங்கிய முதல் நடிகர். தனது கட்சி பெயரில் திராவிடம், தமிழகம், அண்ணா, பெரியார் போன்ற வழக்கமாக தமிழக கட்சிகள் பயன்படுத்தும் குறியீடுகள் இல்லாமல் பார்த்துக் கொண்டார் கமலஹாசன்.

'மக்கள் நீதி மய்யம்' என்ற தனது கட்சிக் கொடியில் கூட எந்த சித்தாந்த அரசியல் குறியீடும் இருக்கக்கூடாது என்பதில் கவனமாக இருந்தார். இன்று ரஜினிகாந்த் பேசும் ஆன்மிக அரசியல் திராவிட இயக்க மரபிற்கு எதிரானது என்ற கருத்து முன்வைக்கப்படுகிறது. ஆனால், திராவிட இயக்க மரபிற்கு எதிரான இயக்கத்தைக் கட்டமைப்பதில் ரஜினிகாந்திற்கு முன்னோடி நடிகர் கமலஹாசன்தான்.

கமலஹாசனின் திரைப்படங்கள் ரஜினிகாந்தைப்போல் அரசியல் பேசவில்லை. ஆனால், கமல் திரைப்படங்கள் நுட்பமான அரசியல் பேசியிருக்கிறது. அந்த நுட்பம் யாருக்குச் சாதகமானது? என்பதை அவரது திரைப்படங்களின் வாயிலாகவே ஆராய்ந்தால் பல உண்மைகள் தெரியவரும்.

அன்பே சிவமும் ஆன்மிக அரசியலும்

கமலை இடதுசாரி சிந்தனையாளர் என்று பலர் சிலாகிப்பதுண்டு. என்னை கம்யுனிஸ்ட் என்று தவறுதலாக நினைக்கின்றனர் என்று கமலே கூறினாலும் பலர் கமலை கம்யுனிஸ்ட் என்றே நினைக்கின்றனர். கம்யுனிச தத்துவம் குறித்து கமலின் பார்வையை குருதிப்புனல் படத்தின் மூலம் திறனாய்வு செய்வோம்.

குருதிப்புனல் திரைப்படத்தில் 13 வயது சிறுமியை காமப் பார்வையுடன் அணுகுகிறான் நக்சல் அமைப்பைச் சேர்ந்தவன். அந்த காட்சி படமாக்கப்பட்டவிதம் மிகவும் ஆபாசமாக இருக்கும். கமல்ஹாசனுக்கு நக்சல் அமைப்பின்மீது மாற்றுக் கருத்து இருக்கலாம். அவர் சித்தாந்தத்தை கடுமையாக விமர்சித்து படம் எடுக்கலாம். அதற்கான எல்லா உரிமையும் கமலுக்கு உண்டு. ஆனால், புரட்சிகர அமைப்புகளைச் சேர்ந்தவர்கள் காமப்பசிக்காக

எதையும் செய்யக்கூடியவர்கள் என்று சித்தரிப்பது எந்த வகையில் அறம்? தனது வணிக நலனிற்காக, புரட்சிகர அமைப்புகளை இழிவுபடுத்தியது எந்த வகையில் நியாயம்? என்று தீவிர இடதுசாரிக்குழுக்கள் கமல்மீது அப்போதே குற்றம் சாட்டினர்.

'அன்பே சிவம்' திரைப்படத்தில் நடித்ததால் கம்யுனிஸ்ட்கள் பலருக்கு கமலை பிடித்தது. ஆனால் அந்தப் படத்தில் முழுமையான கம்யுனிச சிந்தனை போதிக்கப்படவில்லை' என்பது இடதுசாரி செயற்பாட்டாளர்களின் விமர்சனம். 'நீயும் கடவுள் நானும் கடவுள்' என்று படம் முழுவதும் மாதவனிடம் ஆன்மிக பிரச்சாரம் செய்கிறார். இதுதான் கம்யுனிச சித்தாந்தமா? படத்தில் கம்யுனிசமும் இல்லை நாத்திகமும் இல்லை என்று முற்போக்காளர்கள் கருத்து கூறினர்.

'ஒவ்வொருவருக்குள்ளும் கடவுள் இருக்கிறார். ஜீவாத்மா வேறு பரமாத்மா வேறு அல்ல என்பது அத்வைத தத்துவம்தானே! இந்த தத்துவத்தை கி.பி 8ம் நூற்றாண்டில், ஆதிசங்கரர் சொல்லி விட்டாரே! அந்த ஆதிசங்கரர் தத்துவத்தைத்தான் கமல் 2001ல் அன்பே சிவம் படத்தில் சொல்லியிருக்கிறார். இது எப்படி கம்யுனிச பிரச்சார திரைப்படமாகும்?' என்று நாத்திகர்கள் தரப்பிலிருந்து கேள்வி எழுப்பப்பட்டது. ஒருவகையில், ஆன்மிக அரசியலைத்தான் அன்பே சிவம் படத்தில் பேசியிருக்கிறார் கமல். அந்தவகையில் கட்சி தொடங்குவதில் மட்டுமல்ல, ஆன்மிக அரசியலைப் பேசியதிலும் ரஜினிக்கு முன்னோடி கமல்தான் போல!

சரி எப்படியோ பகுதியளவாவது கம்யுனிசம் பேசினாரே கமல்ஹாசன் என்று சில கம்யுனிஸ்ட்டுகள் ஆறுதல் கொண்டாலும், விஸ்வரூபம் படத்தில் தன்னுடைய அமெரிக்க சார்பை அப்பட்டமாக காட்டிக் கொண்டார் கமல். இரட்டைக் கோபுர தாக்குதலுக்குப் பிறகு, மூன்றாம் உலக நாடுகளை அச்சுறுத்தி வந்த அமெரிக்காவை கமல் வெளிப்படையாக ஆதரித்து படம் எடுத்திருக்கிறாரே என்று பலர் அதிர்ச்சியடைந்தனர்.

தசாவதாரம் திரைப்படத்திலும் உலகைக் காப்பாற்ற அமெரிக்க விஞ்ஞானியாகத்தான் வருவார் கமல். படத்தின் கடைசி காட்சியில் ஜார்ஜ் புஷ், கமலை பாராட்டுவார். மூன்றாம் உலக நாடுகளின் மீதும் அரேபியநாடுகளின் மீதும் போர்தொடுக்கும் அமெரிக்க ஏகாதிபத்தியத்தை தனது வணிக நலனிற்காக பெருமைப்படுத்தி காட்டும் கமலஹாசனை இடதுசார்புடையவர்

என்று சொல்லமுடியாது என்பது கம்யுனிச கருத்தாளர்களின் பார்வை. ஆகவே, கமல் சிவப்பு சித்தாந்தத்தைப் பேசுபவர் என்பது இல்லை என்றாகிவிட்டது.

கமலின் நாத்திகமும், கருப்புச் சட்டை பாசமும்

கமல் எப்போதும் தன்னை நாத்திகராகக் காட்டிக்கொள்பவர். சில சமயங்களில் தன்னைப் பெரியாரின் பேரன் என்று கூடச் சொன்னதுண்டு.

பெரியாரின் அடிப்படைக் கொள்கை வகுப்புவாரி பிரதிநிதித்துவம். மக்கள் தொகை அடிப்படையில் சமூகப் பிரதிநிதித்துவம் வேண்டும் என்பதுதான் கருப்புச் சட்டையின் அடிப்படை கோட்பாடே. ஆனால், கருப்புச் சட்டை கமலோ, சாதி வாரி இடஒதுக்கீட்டிற்கு எதிராக அவ்வப்போது பேசுகிறார். ஆகவே, பெரியாரியர் என்ற பார்வையில் கமல் வரமாட்டார். ஆகவே, கமலஹாசன் இடதுசாரி சிந்தனையாளரும் கிடையாது, திராவிட பார்வையும் கிடையாது என்பது அவரது திரை வாழ்விலிருந்தும், பேச்சுகளிலிருந்துமே வெளிப்படுகிறது.

பிக் பாஸ் கமலஹாசன்

தமிழகத்தில் கமலஹாசன் அவர்கள் தொகுத்து வழங்கி மிகப்பெரிய வெற்றிப் பெற்ற பிக் பாஸ் நிகழ்ச்சியைப்பற்றிப் பேசியே ஆகவேண்டும். கமலஹாசன் மிகப்பெரிய நடிகர். ஆனால், இன்றைய பள்ளி மாணவ மாணவியருக்கு கமலஹாசன் என்றால் பிக் பாஸ் நாயகன்தான். அவர்களுக்கு 'சகலகலா வல்லவனும்' தெரியாது. 'தெனாலி'யும் தெரியாது.

அந்த அளவிற்கு தமிழக இல்லங்களில் நிறைந்த பிக் பாஸ் நிகழ்ச்சியும் சர்ச்சைகளால் அவ்வப்போது பரபரப்பை ஏற்படுத்தியது. கமல் நடத்தும் பிக் பாஸ் நிகழ்ச்சியில், தமிழ் தாய் வாழ்த்து அவமானப்படுத்தப் பட்டது. தமிழ்தாய் வாழ்த்தை கொட்டாவியுடன் பாடினார்கள் என்ற விமர்சனம் எழுந்தது. ஏன் அவ்வாறு நிகழ்ந்தது? என்கிற கேள்விக்கு தமிழ்த் தாய் வாழ்த்தை சொல்லிக் கொடுத்தோம் என்றார் கமல்.

ஒரு படத்தில் தேசிய கீதத்தை அவமதிப்பவரை அடித்து துவம்சம் செய்வார் கமல். ஆனால், தமிழ்த்தாய் வாழ்த்தை அவமதித்தால், அதற்கு விளக்கம் கொடுக்கிறார் என்று தமிழ் தேசிய தரப்பிலிருந்தும் கமல்மீது கண்டனங்கள் எழுந்தன. அதே

நிகழ்ச்சியில் பங்கேற்பாளராக இருந்த காயத்ரி ரகுராம், 'சேரி பிகேவியர்' என்று சக பங்கேற்பாளரை திட்டிப் பேசினார். மனித உரிமை பார்வை, தலித் அரசியல் போன்ற கருத்தியல் வளர்ந்து வரும் இந்தச் சூழலில், இப்படியொரு வார்த்தையை பயன் படுத்தலாமா? என்ற கேள்வி எழுந்தது. அப்போது கமலஹாசன் தண்டிப்பார் என்று எதிர்பார்க்கப் பட்டது. ஆனால், கமல் அந்த வார்த்தையை சர்வ சாதாரணமாகக் கடந்து சென்றார்.

நுகர்வு கலாச்சார மாயை, மேட்டுக்குடி மனநிலை, அடித்தட்டு மக்களுக்கு எதிரான பார்வை என பல்வேறு விமர்சனங்கள் பிக் பாஸ் நிகழ்ச்சிமீது தொடுக்கப்பட்டது. ஆனால், சராசரியான பார்வையாளர்கள் அந்த நிகழ்ச்சியை ரசித்தனர். இன்னும் சொல்லப்போனால், அரசியல் களத்தை எதிர்நோக்கியிருந்த கமலுக்கு, இந்த நிகழ்ச்சியின் மூலம் மறு அறிமுகம் கிடைத்தது. ஏனென்றால், சமீபகாலமாக கமல் நடித்த எந்தப் படங்களும் இளைஞர்களை ஈர்க்கவில்லை. இந்தச் சூழலில், கமல் பதினெட்டு வயது வாக்காளர்களுக்கு பிக் பாஸ் மூலம் பிரபலமாகியிருந்தார் என்பதே உண்மை. அந்தவகையில், அறிவு ஜீவிகள் மத்தியில் விமர்சிக்கப்பட்டாலும், பிக் பாஸ் நிகழ்ச்சி கமலுக்கு நல்ல வரவேற்பைக் கொடுத்தது என்பது உண்மை.

தென்னிந்திய திரைப்பட சங்கத்திற்கு 'தமிழ்நாடு திரைப்பட சங்கம்' என்று பெயர் மாற்றம் செய்யவேண்டும் என்கிற கோரிக்கை எழுந்தது. அந்தக் கோரிக்கையை எழுப்பியவர் இயக்குநர் பாரதிராஜா. அப்போது, தமிழ்நாடு, தென்னிந்தியா என்ற பெயரைவிட 'இந்திய திரைப்பட சங்கம்' என்கிற பெயர்தான் பொருத்தமாக இருக்கும் என்று முன்மொழிந்தவர் கமலஹாசன். அப்போது, ரஜினிகாந்த் 'தமிழ்நாடு நடிகர் சங்கம்' என்று பெயர் வைக்கவேண்டும் என்கிற பாரதிராஜா வின் கோரிக்கையை ஆமோதித்தார். ஆனால் பரமக்குடி பச்சைத் தமிழரோ தமிழர் என்ற பெயரை திரைப்பட சங்கத்திற்கு வைப்பதில் உடன்படவில்லை. இதுபோன்ற சம்பவங்கள் தமிழர் அரசியலைப் பேசுபவர்கள் மத்தியில் அதிருப்தியை ஏற்படுத்தியது.

ரஜினிகாந்த் கட்சி ஆரம்பிப்பார் என்று எல்லோரும் எதிர்பார்த்திருந்த நேரத்தில் கமலஹாசன் கட்சி ஆரம்பித்தார். 2018 பிப்ரவரி 21ம் தேதி 'மக்கள் நீதி மய்யம்' என்ற தனது கட்சியின் பெயரை அறிவித்தார். அந்த கட்சி அறிவிப்பு மாநாட்டில், கமலஹாசனிடம் தொண்டர்கள் கேள்வி கேட்பதுபோலவும்,

அதற்கு கமல் பதில் சொல்வது போலவும் நிகழ்ச்சி ஒன்று வடிவமைக்கப்பட்டிருந்தது. அதில் கமல் தெரிவித்த கருத்துக்கள் அவருடைய அரசியல் பார்வையை வெளிப்படுத்தும் வண்ணம் அமைந்தது.

கமலிடம் 'உங்கள் கட்சியின் கொள்கை என்ன?' என்ற கேள்விக்கு, எல்லா நடிகர்களும் அரசியலுக்கு வருவதற்கு முன்பு கூறுகிற அதே வசனத்தைத்தான் கமலும் கூறினார். 'ஊழலை ஒழிக்க வேண்டும்' என்பதுதான் அந்த வாசகம். 'எப்படி ஊழலை ஒழிப்பீர்கள்?' என்ற கேள்விக்கு, 'நான் ஒழிக்க முடியாது. நீங்கள் மற்றும் நாம் எல்லோரும் சேர்ந்துதான் ஒழிக்க வேண்டும்' என்று கூறினார். ஊழலை ஒழிக்க இதுவரை பொதுவாழ்வில் உள்ளவர்களுக்கு இல்லாத திட்டத்தை கமல் வைத்திருப்பார் என்று எதிர்பார்த்த வர்களுக்கு இந்த பதில் ஏமாற்றத்தை அளித்தது.

தான் அரசியலுக்கு வரப்போகிறேன் என்று அறிவித்தவுடனே, கேரள முதலமைச்சர் பினராயி விஜயன், டில்லி முதலமைச்சர் அரவிந்த் கெஜ்ரிவால், மேற்கு வங்க முதலமைச்சர் மம்தா பானர்ஜி என மற்ற மாநிலத் தலைவர்களைச் சந்தித்து உரையாடினார் கமல். அது மட்டுமல்லா மல் முன்னாள் தேர்தல் ஆணையர் டி.என்.சேஷனையும் சந்தித்தார். அவர் சந்தித்த தலைவர்கள் ஒவ்வொருவரும் வேறு வேறு சித்தாந்தப் பின்னணி கொண்டவர்கள் என்பதை மூத்த பத்திரிகையாளர்கள் சுட்டிக் காட்டினர்.

தனது கட்சித் தொடக்க மேடையில், அரவிந்த் கெஜ்ரிவாலை அழைத்துப் பெருமைப்படுத்தினார். அந்த மேடையில் பேசிய அரவிந்த் கெஜ்ரிவால், 'இதுவரை வாக்களித்த கட்சிகளுக்கு வாக்களிக்காதீர்கள்' என்று பேசினார். திராவிட கட்சிகளுக்கு மாற்று கமல்தான் என்பதை மறைமுகமாக அரவிந்த் கெஜ்ரிவால் பேசினார். தற்போது டில்லியில் கெஜ்ரிவாலை அங்கீகரித் திருப்பதைப்போல, தன்னையும் தமிழக மக்கள் ஏற்க வேண்டும் என்பது கமலஹாசனின் அரசியல் எதிர்பார்ப்பு.

காவிரி பிரச்னை குறித்து கட்சி தொடங்கிய மேடையில், கமல் கூறிய கருத்து மிகவும் விசித்திரமாகப் பார்க்கப்பட்டது. 'காவிரி பிரச்னைக்கு நீங்கள் தரும் தீர்வு என்ன?' என்று தொண்டர் ஒருவர் கேட்டார். அதற்கு கமல், 'காவிரியிலிருந்து தண்ணீர் என்ன! ரத்தத்தையே கொண்டு வரமுடியும்' என்றார்.

அவர் என்ன சொன்னார்? என்று புரிவதற்குள்ளாகவே, அவரது ரசிகர்கள் விண்ணைப் பிளக்குமாறு குரலெழுப்பினர். ரசிகர்கள் அமைதியான பிறகு, கமல் விளக்கம் அளித்தார். ‘கர்நாடகத்தில் என்னுடைய ரசிகர்கள் பலமுறை ரத்ததானம் அளித்திருக்கிறார்கள். அந்த ரத்தம் பலமுறை தமிழர்களுக்குப் பயன்பட்டிருக்கிறது’ என்று கூறினார். அந்த அரங்கில் ரசிகர்கள் மத்தியில் கமல் பேசியது பாராட்டப்பட்டாலும், அடுத்தநாள் தமிழ் உணர்வாளர்கள் கமலின் அந்தப் பேச்சை கேலி செய்தனர்.

‘விவசாயத்திற்கு தண்ணீர் இல்லையென்று புலம்பினால், இவர் ரத்தம் தருகிறேன் என்கிறாரே!’ என்று ஆச்சரியத்துடன் பேசினர். தமிழ் தேசிய பேரியக்கத்தின் தலைவர் பெ.மணியரசன் மற்றும் கமல ஹாசனுக்கு ஆதரவாக ஆரம்பத்தில் செயல்பட்ட பி.ஆர். பாண்டியன் போன்ற விவசாய சங்கத் தலைவர்கள்கூட கமலஹாசனின் காவிரி குறித்த பார்வையைக் கண்டித்தனர்.

கமலஹாசன் கட்சி தொடங்கியவுடன், இடதுசாரி தாக்கம் பெற்றவர் என்று நம்பப்பட்ட பாரதி கிருஷ்ணகுமார், திராவிடர் கழக குடும்பத்தைச் சேர்ந்த சவுரிராஜன் போன்றோர்கள் அவரது கட்சியில் செயற்குழு உறுப்பினர்களாகினர். இவர்களைப் போன்றோர்கள் இருப்பதை வைத்து கமலஹாசனை இடதுசாரி என்ற முடிவிற்கு வர முடியுமா? என்ற கேள்விக்கு, ‘நான் இடதும் இல்லை வலதும் இல்லை’ என்று கமல் மீண்டும் மீண்டும் பதிவு செய்கிறார்.

கமலஹாசனின் இத்தகைய கருத்தால், கமலஹாசன் பாஜகவிற்கு சாதகமானவர் என்ற கருத்து எழுந்தது. ஆனால், தனது கட்சியின் கொள்கை மதச்சார்பற்றது என்பதை கமல் உறுதியாகக் கூறிதான் மதச்சார்பற்றவன் என்று கூறினார்.

இந்த நேரத்தில், விஸ்வரூபம் இரண்டாம் பாகத்தின் ட்ரெய்லர் வெளியானது. அதில், ‘நீ எந்த மதத்தைச் சேர்ந்தவனாக வேண்டுமானாலும் இரு. ஆனால், தேசத் துரோகியாக இருக்காதே’ என்று கமல் பேசுவார். ஏற்கெனவே, விஸ்வரூபம் முதல் பாகம் இஸ்லாமியர்கள் மத்தியில் ஒரு கோபத்தை ஏற்படுத்தி இருக்கும் நேரத்தில், இஸ்லாமியர்களுக்கு தேசபக்தி குறித்து அறிவுரை கூறுவது போல் அமைந்த இந்தக் காட்சி சர்ச்சையானது.

ஆங்கில தொலைக்காட்சிக்கு பேட்டியளித்த கமல்ஹாசன், ‘தமிழ்நாட்டின் மரபுக்குப் பொருந்தாத கொள்கைகளுடைய

கட்சியுடன் கூட்டணி கிடையாது' என்றார். அதேசமயம், 'தீண்டப்படாத கட்சி' என்று எதுவுமே இல்லை என்றும் கூறினார்.

கட்சிகளை மாநில உணர்வு கொண்ட கட்சிகள், தேசிய உணர்வு கொண்ட கட்சிகள் என இரண்டு வகையாகப் பிரித்தால் கமல் கண்டிப்பாக தேசிய உணர்வு கொண்ட கட்சிப் பட்டியலில்தான் வருவார். ஏனென்றால், ராஜபக்சே பிரதமரானது குறித்து கருத்து கேட்டதற்கு, 'இனிமேல் ராஜபக்சே நல்லவராக நடந்துகொள்வார் என்று நம்புவதாகவும், இலங்கை ஓர் அன்னிய நாடு அதன் பிரச்னையில் நாம் தலையிடக்கூடாது' என்றும் கூறினார்.

ராஜபக்சே பிரதமரானதற்கு தேசிய கட்சிகள்கூட கருத்து சொல்ல தயங்கிக்கொண்டிருக்க, கமலஹாசனோ, ராஜபக்சேமீது தனது நம்பிக்கையை வெளிப்படுத்தினார். தமிழர்கள் பிரச்னையில், தேசிய கட்சிகளுக்கே முன்னோடியாக கருத்து சொல்கிறார். எந்த மாநில உணர்வு பெற்ற கட்சியும் துணிந்து இப்படி ஒரு கருத்தை முன் வைக்காது. ஏன் தமிழகத்தில் தேசிய கட்சிகள் கூட கமலஹாசன் அளவிற்கு ராஜபக்சேவை வெளிப்படையாக நம்பமாட்டார்கள்.

கமலஹாசன் கட்சி தனது பலத்தை களத்தில் காண்பிக்க வேண்டிய நாள் வந்தது. ஆம். 2019 மக்களவைத் தேர்தல். தேர்தல் முடிவுகள் கமலுக்கான வாக்காளர்கள் யார்? என்பதை தெளிவாகக் காட்டியது. மக்களவைத் தேர்தல் நெருங்கும் தருணத்தில் யாருடன் கூட்டணி? என்ற கேள்வி அரசியல் களத்தில் எழுந்தது. அப்போது நடைபெற்ற சோனியா காந்தி கமல் சந்திப்பு பெரிய பரபரப்பை ஏற்படுத்தியது. அந்த பரபரப்புக்குக் காரணம் என்ன தெரியுமா? அப்போது காங்கிரஸ் திமுகவுடன் கூட்டணியில் இருந்தது. ஒருவேளை காங்கிரஸ் தனக்கான பேர வலிமையை அதிகரிக்க கமலுடன் பேச்சுவார்த்தை நடத்துகிறதா? என்கிற கோணத்தில் பத்திரிகைகளில் ஊகமாக விவாதிக்கப்பட்டது

தேர்தல் நெருங்க நெருங்க காங்கிரஸுடன் கூட்டணி வைக்கப் போகிறார் கமல் என்ற செய்தி பரவியது. பின்னர் இடது சாரிகளுடன் கூட்டணி அமைக்க முயற்சி நடைபெறுவதாக செய்திகள் வெளிவந்தது. இந்த இரண்டு கட்சிகளும் திமுகவுடன் கூட்டணிக்கு முடிவான கட்சிகள். இறுதியில் கமல் தனித்தே போட்டி என அறிவித்தார். நடிகர் கமலஹாசனின் மக்கள் நீதி மய்யம், காஞ்சிபுரம் தவிர்த்து தமிழகம் முழுவதும் போட்டியிட்டது. படித்தவர்கள் அரசியலுக்கு வரவேண்டும்

என்பது மக்கள் நீதி மய்யத்தின் நோக்கமாக இருந்தது. அந்த நோக்கம் அவர்கள் வெளியிட்ட வேட்பாளர்கள் பட்டியலிலேயே வெளிப்பட்டது.

தமிழகம் பெரியார் மண். இங்கு பாஜக வளரமுடியாது என்று திமுக கூட்டணியும், தேசியம் பாதுகாக்கப்படவேண்டும் என்று அதிமுக கூட்டணியும் பிரச்சாரம் செய்தது. ஆனால், கமல், யார் மத்தியில் வர வேண்டும், வரக்கூடாது என்று சொல்லி பரப்புரை செய்ய வில்லை. ஆனால், மாற்றம் வேண்டும் என்று மட்டும் பொத்தாம் பொதுவாகச் சொல்லி பிரச்சாரம் செய்தார்.

தேர்தல் நெருங்கி வரும் நேரத்தில், ரஜினிகாந்த் தனக்கு ஆதரவு தரவேண்டும் எனக் கேட்டுக்கொண்டார் கமலஹாசன். மய்ய அரசியல் ஆன்மிக அரசியலிடம் ஆதரவு கேட்கிறதே! எனப் பலரும் வியந்தனர். அப்படியென்றால், ஆன்மிக அரசியலும் மய்ய அரசியலும் ஒன்றா? என்ற சந்தேகம் எழுந்தது. ஆனால், கமல் வேண்டுகோள் விடுத்தும் ரஜினிகாந்த் கமலுக்கு ஆதரவு தரவே இல்லை என்பதால், இந்தக் கேள்விகள் அப்படியே நின்று போயின.

தேர்தல் பரப்புரையில், பாஜக ஆதரவு, பாஜக எதிர்ப்பு என இரண்டு கோணங்களில் கட்சிகள் பிரச்சாரம் செய்துகொண்டிருந்தன. ஆனால், கமல் பொதுவான நிர்வாக முறைகள், ஊழல் எதிர்ப்பு பிரச்சாரத்தை மட்டுமே தீவிரமாக செய்தார். இந்த நேரத்தில்தான் அரவக்குறிச்சி சட்டமன்ற இடைத்தேர்தல் பிரச்சாரத்தில், 'காந்தியைக் கொன்றது ஓர் இந்து தீவிரவாதி' என்று கமல் பேசியது பெரிய அளவில் சர்ச்சையானது.

கமலின் இந்தப் பேச்சிற்கு, பாஜக, அதிமுக ஆகிய இரண்டு கட்சிகளும் கடுமையாக கமலை விமர்சித்தன. கமல்மீது வழக்கு தொடுக்கப்பட்டது. ஒரு படி மேலே சென்று அமைச்சர் ராஜேந்திர பாலாஜி, கமலின் நாக்கை அறுக்க வேண்டும் என்று பேசினார். அதனைத் தொடர்ந்து பாஜக எதிர்ப்பாளர் என்ற அடையாளம் கமலுக்கு கிடைத்தது. கமலின் இந்து தீவிரவாதி பேச்சு தேசிய அளவில் பேசு பொருளாக மாறியது.

கமல் யாருக்கான வாக்குகளைப் பிரிப்பார்? எத்தனை விழுக்காடு வாக்குகளைப் பெறுவார் போன்ற கேள்விகளுக்கு விடை சொல்லும் விதமாக, மக்களவைத் தேர்தல் முடிவுகள் வெளி வந்தது. 3.76 விழுக்காடு வாக்குகளை மக்களவைத் தேர்தலில்

பெற்றிருந்தார் கமல். தோராயமாக நான்கு விழுக்காடு வாக்குகள். நாம் தமிழர் சீமான் பெற்ற வாக்குகளைவிட, சற்று குறைவான வாக்குகளை கமல் பெற்றிருந்தார்.

கமல் சென்னையைச் சுற்றியுள்ள பகுதிகள் மற்றும் கொங்கு மண்டலங்களில் கணிசமான வாக்குகளைப் பெற்றிருந்தார். இதர பகுதிகளில் மிகவும் குறைவான வாக்குகளே கிடைத்திருந்தன. குறிப்பாக, ஆரணி மற்றும் சிதம்பரம் தொகுதிகளில் நோட்டாவை விடக் குறைவான வாக்குகளைப் பெற்றிருந்தார் கமல்.

சென்னைப் பகுதியில், தென் சென்னைத் தொகுதியில் ஒரு லட்சத்து முப்பதாயிரம் வாக்குகளை கமல் கட்சி பெற்றிருந்தது. அதேபோல் கோவையில் ஒரு லட்சத்து நாற்பத்தி நான்காயிரம் வாக்குகளைப் பெற்றிருந்தது கமல் கட்சி. அதே சமயம் கிராமப்புறங்களில் மிகவும் சொற்பமான வாக்குகளையே கமல் கட்சி பெற முடிந்தது. படித்தவர்கள், தொழில் நகரங்களில் கமல் கட்சி கணிசமான வாக்குகளைப் பெற்றிருக்கிறது என்பதே தேர்தல் முடிவுகள் உணர்த்தும் செய்தி.

2019 தேர்தல் முடிவுகளின்படி, 11 மக்களவைத் தொகுதிகளில் நாம் தமிழர் கட்சியை முந்தியிருக்கிறது கமல் கட்சி. இந்த நிலவரப்படி பார்த்தால், சீமான் கட்சிக்கும் கமல் கட்சிக்கும்தான் போட்டி.

திராவிட கட்சிகளுக்கு நாங்கள்தான் மாற்று என்று சொன்ன கமலஹாசனும், சீமானும் ஒருவருக்கொருவர் போட்டி என்ற நிலையில் இருக்கின்றனர். வரும் காலங்களில், கமல் திராவிட கட்சிகளுக்கு மாற்று என்ற உயரத்தைத் தொடுவாரா? என்ற கேள்விக்குப் பதில் கமலிடம் மட்டுமே இருக்கிறது. ஆனால், கமலஹாசன் ரஜினிகாந்துடன் இணைந்து செயல்பட விருப்பம் தெரிவித்திருக்கிறார்.

தேர்தல் சமயத்தில் ரஜினிகாந்திடம் ஆதரவு கேட்டவர், தேர்தலுக்குப் பிறகும் ரஜினியுடன் இணைந்து செயல்பட ஆர்வத்தை வெளிப்படுத்திக் கொண்டேயிருக்கிறார். ரஜினியும் அதற்கு இசைவுத் தெரிவித்து பேசினார். ரஜினியும் கமலும் இணைந்து அரசியல் களத்தைச் சந்தித்தால் எப்படி இருக்கும்? ஆன்மிகமும் மய்யமும் இணைந்த புது கோட்பாடு உருவாகுமா? தெரியாது. ஆனால் ஒன்று மட்டும் உறுதி. வருங்காலம் பல சுவாரஸ்யமான காட்சிகளை தரக் காத்திருக்கிறது.

10

தம்பி... தமிழர் அரசியல்... தமிழர் ஆன்மிகம்

'I m waiting', என துப்பாக்கி படத்தில் வில்லனிடம் தோரணையாக விஜய் பேசும் காட்சிதான் அந்தப் படத்தின் இடைவேளை. அப்படியொரு இண்டர்வெல் காட்சிதான் தற்போது தமிழகத்தின் அரசியல் களத்தில் நடைபெற்றுக் கொண்டிருக்கிறது. ஆம். 'நாம் தமிழர்' அமைப்பின் ஒருங்கிணைப்பாளர் சீமான், தற்போது மேடைகளில் அடிக்கடி பயன்படுத்தும் வார்த்தை 'I m waiting!'

சீமான் யாருக்காகக் காத்திருக்கிறார், எதற்காக இவ்வளவு உற்சாகமாகப் பேசுகிறார்? என்றால், அதற்குக் காரணம் நடிகர் ரஜினிகாந்தின் அரசியல் வருகை. ஆம். ரஜினிகாந்தின் அரசியல் வருகையை கடுமையாக எதிர்க்கும் கட்சி நாம் தமிழர் கட்சி. திராவிட இயக்கத்தைச் சேர்ந்தவர்கள், இடதுசாரி மனநிலைக் கொண்டவர்களும் ரஜினிகாந்தை விமர்சிக்கிறார்கள். இருந்தாலும், சீமானின் விமர்சனம் மற்றவர்களின் பார்வையில் இருந்து சற்று வேறுபடுகிறது. ரஜினிகாந்த் பிறப்பால் மராத்தியர், அவர் தமிழகத்தை ஆட்சி செய்ய நினைக்கக்கூடாது என்பதுதான் சீமானின் முதன்மையான வாதம். தமிழனாகப் பிறந்தவன்

மட்டுமே தமிழ்நாட்டை ஆளவேண்டும் என்ற கோட்பாட்டில் இருந்து சீமானின் விமர்சனம் விரிகிறது.

ரஜினிகாந்தின் ஆன்மிக அரசியல் என்ற கோட்பாட்டு தமிழகத்தில் பேசுபொருளாக மாறியிருக்கிறது. சீமானைப் பொருத்தவரை, ரஜினிகாந்த் என்ற நபரின் பிறப்பு, அவரது தாய்மொழி போன்ற கூறுகளே எதிர்ப்பு அரசியலுக்கு முதன்மைக் காரணிகளாக அமைகின்றன. அப்படியென்றால் ரஜினிகாந்தின் ஆன்மிக அரசியலில் சீமானுக்கு உடன்பாடா? என்ற கேள்வி எழலாம். இல்லை. ரஜினியின் ஆன்மிக அரசியலில் சீமானுக்கு உடன்பாடு இல்லை. அதே சமயம் ஆன்மிக எதிர்ப்பில் திராவிட இயக்கங்களின் பார்வையிலிருந்து மாறுபடுகிறார் சீமான்.

திரைத்துறையிலிருந்து அரசியலுக்கு வந்த மற்ற கலைஞர்களிடம் இருந்து முற்றிலும் மாறுபட்டவர் சீமான். திராவிட இயக்க சார்பு, திராவிட எதிர்ப்பு, தேசிய கருத்தியலுக்கு மறுப்பு, தமிழர் அரசியல், தமிழர் இறையியல் என சீமானின் அரசியலுக்கு பல்வேறு பரிணாமங்கள் இருக்கிறது.

எம்ஜிஆர் தொடங்கி வைத்த 'அண்ணாயிசம்' முதல் ரஜினிகாந்தின் 'ஆன்மிக அரசியல்'வரை தமிழக அரசியல் களத்தில் ஏற்பட்ட காட்சி மாற்றங்கள் மற்றும் கோட்பாடு குறித்த விவாதங்களில் சீமானின் அரசியலும் முக்கிய பங்காற்றுகிறது.

சீமானின் சினிமா, அரசியல், தற்போது ரஜினி அரசியலுடன் மாறுபட்டு நிற்கும் கருத்தியல், அவர் பேசும் தமிழர் அரசியலும் திராவிட அரசியலும் வேறுபடும் புள்ளி, இரண்டு கோட்பாடுகளும் ரஜினிகாந்தை எதிர்ப்பதில் ஒன்றுபடும் புள்ளி என எல்லா அம்சங்களையும் நுட்பமாக இப்பகுதியில் ஆராய்வோம்.

90களின் தொடக்கத்தில் திரைத்துறையில் தடம் பதிக்கும் வேட்கையில் சென்னைக்கு வந்தவர் சீமான். இளையான்குடியைப் பூர்வீகமாகக் கொண்ட அவருக்கு ஈழ அகதி முகாம்களில் உள்ளவர்களுடன் பழகும் வாய்ப்பு இயல்பாகவே அமைந்தது. அதுமட்டுமில்லாமல், திராவிட இயக்கங்களுடன் அவருக்கு இருந்த தொடர்பு, ஈழத்தமிழர் அரசியலில் அவருக்கு இருந்த நெருக்கத்தை அதிகப்படுத்தியது.

இயக்குனர் பாரதிராஜா, மணிவண்ணன் ஆகியோரிடமிருந்து திரை மொழியைக் கற்றவர் சீமான். பாஞ்சாலங்குறிச்சி, இனியவளே என

திரைப்பயணம் மென்மையாகச் சென்றுகொண்டிருந்தபோது, தம்பி திரைப்படம் சீமானுக்கு தெளிவான அரசியல் முகத்தைக் கொடுத்தது. இயக்குனராக ஒரு புறம் படங்கள் இயக்கிக் கொண்டே, பெரியாரியக்க மேடைகளிலும் சீமான் இடம்பெறத் தொடங்கினார்.

திராவிடர் விடுதலைக் கழகத் தலைவர் கொளத்தூர் மணி, பேராசிரியர் சுப.வீரபாண்டியன், தந்தை பெரியார் திராவிடர் கழகத் தலைவர் கோவை ராமகிருஷ்ணன் போன்ற அனைத்துப் பெரியாரியர்களிடமும் நெருக்கமான நட்பு பாராட்டியவர் சீமான். 'பெரியாரின் பெருமை மிகு பேரன் நான்' என்று மேடைதோறும் மார்தட்டியவர் சீமான்.

அந்த சீமான்தான் தற்போது, 'பெரியாரை தலைவராக ஏற்க முடியாது. வழிகாட்டியாகத்தான் ஏற்றுக்கொள்வேன். ஏனென்றால், தலைவன் என்றால் என் இனத்தில் பிறந்தவனைத்தான் ஏற்க முடியும்'. அந்த வகையில், அயோத்திதாசர், காமராஜர், முத்துராமலிங்கத் தேவர், இரட்டை மலை சீனிவாசன், இமானுவேல் சேகரன், மபொசி, போன்றோர்கள் தமிழினத்தில் பிறந்தவர்கள். இவர்களைத்தான் தமிழர்களாக ஏற்க முடியும் என்று சீமான் உறுதியாக கூறிவருகிறார். மேற்கூறிய தலைவர்கள் கோட்பாட்டளவில் வேறுபட்டவர்களாக இருந்தாலும், பிறப்பால் தமிழர்கள். ஆகவே, தமிழினத்தின் தலைவர்களாக அவர்களை ஏற்கிறோம் என்பது நாம் தமிழர் கட்சியின் நிலைப்பாடு.

பெரியார், அம்பேத்கர், மார்க்ஸ் போன்றவர்களை வழிகாட்டிகளாக ஏற்றுக்கொள்கிறோம். அவர்கள் மிகச்சிறந்த சிந்தனையாளர்கள். அதில் மாற்றுக் கருத்து இல்லை. ஆனால், அவர்களெல்லாம் பிறப்பால் தமிழர்கள் இல்லை. ஆகவே, அவர்களையெல்லாம் தலைவர்களாக ஏற்கமுடியாது. இதுதான் சீமானின் முதன்மையான கொள்கை.

சீமானுடைய தமிழ் தேசியம், சாதி அடிப்படையிலானது. ஒருவர் தமிழர் என்பதை சாதியை வைத்துத்தானே அடையாளம் காண்கிறார். சாதியை வைத்துத்தான், ஒருவர் தமிழரா, தெலுங்கரா? என்று வகைப்படுத்துகிறார் என்ற குற்றச்சாட்டு எழுந்தது. அதற்கு பதிலளித்த சீமான், 'நான்தான் சாதியை ஒழிப்பதற்கான முயற்சியை எடுத்து வருகிறேன். முத்துராமலிங்கத் தேவரையும் இமானுவேல் சேகரனையும் தமிழர் என்ற ஒற்றைப் புள்ளியில் இணைக்கிறேன். மற்றவர்கள் இரண்டு தலைவர்களையும் தனி

தனி சமூகங்களின் தலைவர்களாகவே பார்க்கிறார்கள். ஆனால், நாம் தமிழர் அமைப்பு, இரு சமூகத்து மக்களையும் தமிழர்களாக இணைக்கிறது.' என்று கூறுகிறார் சீமான்.

'தமிழகத்தை தமிழன்தான் ஆளவேண்டும்' என்ற கொள்கை முழக்கத்தை வைத்து தேர்தல் அரசியலில் சீமான் ஈடுபட்டு வருகிறார்.' தமிழகத்தில் யார் வேண்டுமானாலும் வாழட்டும், ஆனால், தமிழ் தேசிய இனத்தில் பிறந்தவர் மட்டுமே ஆளவேண்டும்.' இதுதான் சீமானின் தேர்தல் அரசியல் முழக்கம்.

சீமானின் வரையறைப்படி, காமராஜர், பக்தவத்சலத்திற்குப் பிறகு தமிழர்கள் யாரும் தமிழகத்தில் முதலமைச்சராகவில்லை. இந்த விமர்சனத்தை முன் வைத்தே திராவிட கட்சிகளை கடுமையாகச் சாடி பேசி வருகிறார் சீமான்.

சீமானின் இந்த திராவிட எதிர்ப்பு அரசியல் தமிழகத்திற்குப் புதிது அல்ல. 90களின் தொடக்கத்தில், பெங்களூரு குணா என்பவர் திராவிட எதிர்ப்பு கோட்பாட்டை முன் வைத்தார். திராவிடத்தால் வீழ்ந்தோம் என்ற தலைப்பில் அவர் வெளியிட்ட நூலுக்கு அப்போதே பெரியாரிய அமைப்புகள் மறுப்பு நூல்களை வெளியிட்டனர்.

பெங்களூர் குணா கோட்பாட்டின்படி, கன்னடர்கள், தெலுங்கர்களால்தான் தமிழர்களுக்கு பாதிப்பு. சாதி, சடங்கு, தீண்டாமை போன்றவற்றை எதிர்ப்பதை விட, திராவிடத்தை எதிர்ப்பதுதான் முக்கியமான ஒன்று. அந்த திராவிட எதிர்ப்புக் கோட்பாட்டிற்குத்தான் சீமான் புத்துயிர் கொடுத்திருக்கிறார்.

திராவிடம் என்ற கருத்தியல் தமிழர்களுக்கு எதிரானது என்று 90களில் பெங்களூர் குணா எழுதியபோது, தமிழகத்தில் வெகுஜன கருத்தியலாக பரவவில்லை. ஆனால், தற்போது சீமான் பேசி வரும் திராவிட எதிர்ப்பு பரப்புரை வெகுஜன அரசியலை இலக்காகக் கொண்டது.

2009க்குப் பிறகு உருவான தமிழ் அமைப்புகளிடம் திமுக எதிர்ப்பு அபரிதமாக இருந்தது. அந்த எதிர்ப்பின் குறியீடுதான் சீமான். 2009 க்கு முன்புவரை, சீமான் பெரியாரியக்க மேடைகளில் முழங்கி வந்தார். கடவுள் மறுப்பு பரப்புரையை உணர்ச்சிப் பொங்க பேசிவந்தார். பெரியார்தான் தமிழினத்திற்கு சுயமரியாதையைக் கற்று தந்த தலைவர் என்று சீமான் பேசும் பாங்கை, திராவிட இயக்கத்தவர்கள் பெரிதும் விரும்பினர்.

2009ம் ஆண்டு ஈழத்தில் நடைபெற்ற இனப்படுகொலை, தமிழக அரசியலிலும் பெரிய தாக்கத்தை ஏற்படுத்தியது. அந்தத் தேர்தலில் 'திமுக மௌனம் சாதித்து விட்டது. காங்கிரஸ் அமைச்சரவையில் இருந்து திமுக விலகியிருக்க வேண்டும்' என்ற குற்றச்சாட்டை முன் வைத்து மாணவர் அமைப்புகள் போராட்டம் நடத்தின. அந்த நேரத்தில்தான், மக்களவைத் தேர்தல் வந்தது. அந்தத் தேர்தலில் இனப்படுகொலை செய்த காங்கிரஸ் கட்சிக்கு எதிராக பரப்புரை செய்வேன் என்று கூறினார் சீமான். அந்தத் தேர்தலில், காங்கிரஸ் நின்ற தொகுதிகளுக்கு எதிராக அதிமுக வேட்பாளர்களை ஆதரித்து, சீமான் பரப்புரை மேற்கொண்டார்.

'இலை மலர்ந்தால் ஈழம் மலரும்' என்று அப்போது சீமான் பேசியது பத்திரிகைகளில் பரபரப்பானது. அந்த நாடாளுமன்றத் தேர்தலில், காங்கிரஸ் வெறும் எட்டு இடங்களில் மட்டுமே வெற்றிப் பெற்றிருந்தது. அது மட்டுமல்லாமல், காங்கிரசின் முக்கியத் தலைவர்கள் தேர்தலில் தோல்வியடைந்திருந்தனர். காங்கிரஸ் கட்சியின் பின்னடைவிற்கு நாங்கள் செய்த பரப்புரைதான் காரணம் என்று சீமானின் தொண்டர்கள் பெருமையாக பேசினர்.

2011 தேர்தலில், தமிழகம் முழுவதும் வேட்பாளர்களை நிறுத்தப் போகிறேன் என்று சீமான் கூறினார். உங்களால் தேர்தல் அரசியலில் எந்த அளவிற்கு தாக்கத்தை ஏற்படுத்த முடியும்? என்று பத்திரிகையாளர் ஒருவர் கேட்டதற்கு, 'கடந்த நாடாளுமன்றத் தேர்தலில் தோற்றுப் போன காங்கிரஸ்காரர்களைக் கேளுங்கள்; எங்களின் பிரச்சார வலிமை என்னவென்று சொல்வார்கள்' என்று சீமான் சிரித்துக் கொண்டே பதிலளித்தார்.

சீமான், கருணாநிதிக்கு எதிராக, அதிமுகவிற்கு ஆதரவாக செயல்படுகிறார் என்று திமுகவினர் குற்றம்சாட்டினர். ஆனால், சீமான் 'இரண்டு திராவிட கட்சிகளுக்கும் மாற்றாகத்தான் நான் அரசியல் களமாடி வருகிறேன்' என்று தொடர்ச்சியாகக் கூறிவருகிறார்.

2016 சட்டமன்றத் தேர்தலில் 234 தொகுதிகளிலும் நாம் தமிழர் கட்சி, வேட்பாளர்களை நிறுத்தியது. கட்சி ஆரம்பித்த குறுகிய காலத்தில் கூட்டணி இல்லாமல் தனித்து 234 தொகுதிகளிலும் வேட்பாளர்களை நிறுத்தினார் சீமான். அந்தத் தேர்தலில், திருநங்கை ஒருவரை வேட்பாளராக நிறுத்தியதை பலரும் பாராட்டினர். அது மட்டுமல்லாமல், அதிக அளவில் பெண்

வேட்பாளர்களை நிறுத்தினார் சீமான். பொதுத் தொகுதிகளில் தலித் சமூகத்தைச் சேர்ந்த வேட்பாளர்களை நிறுத்தினார். பொது தொகுதியில் தலித் வேட்பாளர்களை நிறுத்திய சீமானின் செயல்பாட்டிற்கு, கட்சிக்கு அப்பாற்பட்டு திருமாவளவன் வாழ்த்துக்களைக் கூறினார். மேலும், தனித் தொகுதி என்று சொல்லக்கூடாது, 'சிறப்புத் தொகுதி' என்று அழைக்க வேண்டும் என்றார். தலித்துக்களை 'ஆதி திராவிடர்' என்று அழைக்கக் கூடாது, 'ஆதி தமிழர்' என்றே அழைக்க வேண்டும். அவர்கள் இம்மண்ணின் பூர்விக குடிகள் என்றும் சீமான் பரப்புரை செய்தார். சீமானைப் பொருத்தவரை, திராவிடம், தலித் என்ற இரண்டு சொற்றொடர்களும் தமிழினத்தின் தனித்துவத்தை பாதிக்கும் சொற்களாகவே வரையறுக்கிறார்.

தமிழக தேர்தலைப் பொருத்தவரை அனைத்துக் கட்சிகளும், அந்தந்த மாவட்டத்திலுள்ள பெரும்பான்மை சமூகத்தைச் சேர்ந்தவர்களை நிறுத்துவதே வழக்கம். ஆனால், சீமான் மாவட்டத்தில் சிறுபான்மையாக இருக்கக்கூடிய சமூகத்தைச் சேர்ந்த வேட்பாளர்களைத் தேர்ந்தெடுத்தார். இதன் மூலம், இதுவரை அரசியல் கட்சிகள் முன்னிறுத்தும் தேர்தல் மரபை, தான் மாற்றியிருப்பதாக சீமான் கூறினார்.

'எல்லாக் கட்சிகளும் அந்தந்த மாவட்டத்திலுள்ள குறிப்பிட்ட சமூகத்திற்கே முக்கியத்துவத்தை அளிக்கிறார்கள். சாதிய கட்டமைப்பை நிலைநிறுத்துவதற்கே அரசியல் கட்சிகளின் இந்தப் போக்கு உதவி புரிகிறது. ஆகவே, நாம் தமிழர் கட்சி, தேர்தலில் அனைத்து சமூகத்தினரும் பங்கு பெறும் வகையில் வேட்பாளர்களை முன்னிறுத்துகிறது' என்று சீமான் விளக்கமளித்தார்.

2016 தேர்தலில் அதிமுக அதிக இடங்களில் வெற்றிபெற்று ஜெயலலிதா நான்காம் முறையாக முதலமைச்சராகப் பொறுப்பேற்றார். திமுக 89 இடங்களில் வெற்றிப் பெற்று மிகப்பெரிய எதிர் கட்சியாக சட்டசபையில் அமர்ந்தது. ஆறு கட்சிகள் இணைந்து சந்தித்த மக்கள் நலக் கூட்டணி ஓர் இடத்தில் கூட வெற்றிப் பெற வில்லை. நாம் தமிழர் கட்சி 234 தொகுதிகளிலும் போட்டியிட்டு, 1.07 விழுக்காடு வாக்குகளைப் பெற்றது. தேர்தல் முடிவு குறித்து சீமான் பேசுகையில், 'ஜனநாயகத்தை வீழ்த்தி பணநாயகம் வென்று விட்டது' என்று விமர்சித்தார்.

2019 மக்களவைத் தேர்தலில், நாம் தமிழர் கட்சி நீலகிரி தவிர்த்து அனைத்துத் தொகுதிகளிலும் வேட்பாளர்களை நிறுத்தியது. சீமானைப் பொருத்தவரை, தேர்தல் பரப்புரை என்பதும், பொதுவான மேடைப் பேச்சு என்பதும் வேறு வேறு அல்ல. சீமான் எப்போது பேசினாலும் தேர்தல் பரப்புரைபோல்தான் பேசுவார்.

2019 தேர்தலில் வட சென்னை வேட்பாளராக நின்ற காளியம்மாளின் பரப்புரை பெரிய அளவில் கவனம் ஈர்த்தது. நாம் தமிழர் வேட்பாளர்களில் நட்சத்திர அந்தஸ்து பெற்ற வேட்பாளர் என்றால், அது நடிகர் மன்சூர் அலிகான்தான். மன்சூர் அலிகான் தேநீர் விற்பவராக, மீன் வியாபாரம் செய்பவராக, காய்கறி விற்பவராக மக்களிடம் நூதனமாக வாக்கு சேகரித்தார். இதுபோன்ற பிரச்சாரங்களால், பெரிய கட்சிகளுக்கு இணையாக நாம் தமிழர் கட்சியும் பேசப்பட்டது.

தேர்தல் முடிவில் 3.86 விழுக்காடு வாக்குகளைப் பெற்றிருந்தார் சீமான். கிட்டத்தட்ட நான்கு விழுக்காடு. சமூக வலைதளங்களில் சீமானுக்கு இருக்கும் ஆதரவோடு ஒப்பிடுகையில், இந்த விழுக்காடு குறைவுதான். 2011 தேர்தலில் ஒரு விழுக்காடு மட்டும் பெற்றிருந்த சீமான், தற்போது நான்கு விழுக்காட்டை நெருங்கியிருக்கிறார்.

தமிழ் சினிமாவின் முன்னணி நட்சத்திரமான கமலஹாசன் கட்சி பெற்ற வாக்கு சதவிகிதத்தைவிட, அதிகமான வாக்குகளை வாங்கியிருந்தார் சீமான். கமலஹாசன் சென்னை மற்றும் மேற்கு மண்டலங்களில் நல்ல வாக்கு விழுக்காட்டைப் பெற்றிருந்தார். ஆனால், கடைமடை மற்றும் வட தமிழகத்தில் மிக குறைவான விழுக்காட்டைப் பெற்றிருந்தார். சீமான் தமிழகம் முழுவதும் சீரான வாக்கு விழுக்காட்டைப் பெற்றிருக்கிறார். அதாவது தமிழகத்தின் தெற்கு, மேற்கு, வடக்கு என்ற பிரிவு இல்லாமல் எல்லா இடங்களிலும் பரவலான ஒரே மாதிரியான வாக்கு விழுக்காட்டைப் பெற்றிருக்கிறார் சீமான். சீமானின் வளர்ச்சியில் கவனிக்கவேண்டிய நுட்பமான புள்ளி இதுதான்.

திராவிட கட்சிகளுக்கு மாற்று என்று சீமான் சொன்னாலும், கமல் கட்சியைவிட தமிழகத்தில் செல்வாக்கு அதிகம் என்பதை மட்டும் உறுதி செய்திருக்கிறார். சீமானுக்கு தேர்தல் களத்தில் செல்வாக்கு கூடியதற்கு முக்கிய காரணம் சீமானின் பேச்சு. இன்றைய காலகட்டத்தில், சம கால அரசியலை தொடர்ச்சியாக, தெளிவாக

பேசக்கூடிய நபர்கள் மிகக் குறைவு. பெரிய கட்சிகளிலேயே நீண்ட நேரம் மக்களை உட்கார வைக்கக்கூடிய அளவிற்கு பேசக்கூடிய பேச்சாளர்கள் மிகக் குறைவு. அந்த இடத்தை நிரப்புகிறார் சீமான். வெறும் ஈழ அரசியல் மட்டுமல்ல, சம கால அரசியல் குறித்து சீமான் முன் வைக்கும் விமர்சனங்கள் மற்றும் போகிற போக்கில் நகைச்சுவையாக பகடி செய்யும் தோரணையை இன்றைய முதல் தலைமுறை வாக்காளர்கள் ரசிக்கின்றனர். தமிழகத்தில் இருக்கிற எந்தக் கட்சியும் சரியில்லை என்று நினைக்கும், 18 வயது வாக்காளர்களையும் சீமானின் பேச்சு கவர்ந்துவிடுகிறது.

சரி. சீமான் அரசியல் களத்தைப் பார்த்துவிட்டோம். அவரது ஆன்மிக அரசியலைப் பற்றிப் பார்ப்போம். 2015ம் ஆண்டு சீமான் உருவாக்கிய 'வீரத்தமிழர் முன்னணி'க்கு திராவிடக் கட்சிகள் மற்றும் இந்துத்துவ அமைப்புகள் என இரு தரப்பினரும் தங்களது எதிர்ப்புகளை பதிவு செய்தனர். சீமான் உருவாக்கிய வீரத்தமிழர் முன்னணியின் முக்கிய முழக்கம் முப்பாட்டன் முருகன். ஆம். தமிழகத்திலுள்ள கிறித்துவ, இஸ்லாமியர்களுக்கும் முப்பாட்டன் முருகன்தான். இதுதான் நாம் தமிழரின் இறையியல் கோட்பாடு.

'கடவுள் மறுப்பு வாசகங்களை மேடை தோறும் முழங்கிய சீமான் இன்று முருகன் முப்பாட்டன் என்று பரப்புரை செய்வது பகுத்தறிவிற்கு ஏற்புடையதா?' என பெரியாரியவாதிகள் கேள்வி எழுப்பினர். 'சமூகத்தை முன்னோக்கி நகர்த்திச் செல்வதற்குப் பதில், மீண்டும் கற்காலத்தை நோக்கி நகர்த்துவது ஆரோக்ய மானதல்ல' என்ற விமர்சனங்கள் எழுந்தன.

சீமான் அதற்கு விரிவான விளக்கத்தை அளித்தார். 'முருகன் குறிஞ்சி நிலத் தலைவன். இனக்குழுத் தலைவன். பின்னாளில் கடவுளாக மாற்றப்பட்டான். காடுகளிலும், மலைகளிலும் ஆடுகளையும், கன்றுக்குட்டிகளையும் தோளில் சுமந்து சென்று பழகிய நம் முன்னோர் வழக்கத்தின் தொடர்ச்சியே காவடி எடுப்பது. இதுபோன்ற பழக்க வழக்கங்களை மீட்பதன் மூலமே, தமிழினத்தின் அடையாளத்தை வென்றெடுக்க முடியும். மேலும், தமிழர் வழிபாட்டு முறை என்று நான் அறிவித்திருப்பதும், கிராம பூசாரிகள் மாநாடுகளை ஒருங்கிணைப்பதும் இந்துத்துவ அரசியலுக்கு எதிரானது. இந்துத்துவ கருத்தியலுக்கு திராவிட இயக்க அரசியல் சரியான மாற்று கிடையாது. நான் பேசும் தமிழர் இறையியல் அரசியலே சரியான மாற்று அரசியல் என்றார்.

மேலும் சீமான், 'எனக்குக் கடவுள் நம்பிக்கை கிடையாது. உலகம் கடவுளால் படைக்கப்பட்டதல்ல. உலகம் பரிணமிக்கப்பட்டது என்ற பகுத்தறிவு எனக்கு உண்டு. ஆனால், ஒரு தேசிய இனத்திற்கு என்று தனியான மதம், வழிபாட்டு முறை உண்டு. அந்தவகையில் தமிழினத்தின் இறையியல் வடிவத்தை நான் மீட்டெடுக்கிறேன்.' என்று கூறினார் சீமான்.

தமிழக அரசியல் களத்தில் ஆன்மிகத்தை இணைத்ததில், சீமான் ரஜினிக்கும் முன்னோடி. ஆம். தமிழகத்தில் அதற்கு முன்பு திராவிட கட்சிகளோ, இடதுசாரிகளோ, காங்கிரஸ் கட்சியோ எந்த ஒரு கடவுளையும் முன்னிறுத்தி அரசியல் பேசியது இல்லை. ஆனால், சீமான் முருகனை முன்னிறுத்தி அரசியல் செய்கிறார். அதை மத அரசியலாக எடுத்துக் கொள்ளக்கூடாது. இது இன அரசியல். தமிழின அடையாள மீட்பு அரசியல் என்கிறார்.

பெரியார் நாத்திக அரசியலை முன்னெடுத்தவர். அவரால் உருவாக்கப் பட்ட திராவிட இயக்க மரபு தமிழர் அரசியலை பேசியது. ஆனால், சீமான் பேசும் தமிழர் அரசியல் ஆன்மிகத்தை முன்னிறுத்துகிறது. முருகன் முப்பாட்டன் என்பது மட்டும் சீமானின் ஆன்மிகம் கிடையாது. தமிழ் பேசும் பிராமணர்களை தமிழர்கள் என்றுதான் சொல்லவேண்டும். அவர்களுக்கும் சேர்த்துத்தான் நான் பாடுபடுகிறேன் என்று சீமான் ஒரு நேர்காணலில் கூறியது தமிழகத்தில் மிகப் பெரிய அளவில் பரபரப்பை ஏற்படுத்தியது. அந்த வகையில் பார்த்தால், திராவிட இயக்கம் முன்னெடுத்த பார்ப்பன எதிர்ப்பு அரசியலுக்கு எதிரான அரசியலை கையிலெடுக்கிறார் சீமான்.

சீமானின் திராவிட எதிர்ப்பு, பிராமண ஆதரவு, முருகனே தமிழர்களின் அடையாளம் போன்ற கொள்கைகள் திராவிட இயக்கக் கொள்கைகளுக்கு முற்றிலும் எதிரான திசையில் சீமானை நிறுத்துகிறது. அந்தவகையில் பார்த்தால், கமல், ரஜினிக்கு முன்பே திராவிட இயக்க எதிர்ப்பு அரசியலை சீமான் தொடங்கிவிட்டார். ஆனால், திராவிடர் இயக்கங்கள் முன்னெடுத்த தமிழர் அரசியலைத்தான் சீமானும் தீவிரமாக முன்னெடுத்தார் என்பதையும் நாம் கவனிக்க வேண்டும். ஏனென்றால், தமிழர் உணர்வு, தமிழர் விடுதலை, தனித்தமிழ் நாடு போன்ற கோரிக்கை களை அரசியல் முழக்கங்களாக முன் வைத்த தலைவர் பெரியார்.

1950களிலேயே பிற மாநிலத்தவர் ஆதிக்கம் தமிழர் மண்ணில் இருக்கக் கூடாது என்று பேசியவர் பெரியார். அந்த

காலகட்டத்திலேயே, மார்வாடி எதிர்ப்பு மாநாடு, மலையாளி எதிர்ப்பு மாநாடுகளை நடத்தியவர் பெரியார்.

அன்று பெரியார் செய்ததைத்தானே இன்று நாம் தமிழரும் செய்கிறார்கள்! அப்புறமென்ன திராவிட இயக்கங்களுக்கும் சீமானுக்கும் பிரச்னை?. இந்தக் கேள்வி மிக நுட்பமான கேள்வி. இந்தக் கேள்விக்கான பதிலும் மிகவும் நுட்பமானது.

'நாம் தமிழர்', 'நாம் தமிழர்' என்று சீமான் சொல்வதில் பெரியார் உணர்வாளர்களுக்குப் பிரச்னையில்லை. ஆனால், யார் தமிழர், யாரெல்லாம் தமிழர்? என்று மரபணு ஆராய்ச்சியில் ஈடுபடும் போதுதான் எங்களுக்கு முரண்பாடு வருகிறது என்கிறார்கள் பெரியாரியப் பற்றாளர்கள்.

இன்றைய அரசியல் களத்தில், சீமான் முன்னெடுக்கும் தமிழர் அரசியலில் ஆன்மிகத்திற்கு முதன்மையான பங்கு இருக்கிறது. தமிழக அரசின்மீது கடுமையான விமர்சனங்களை முன் வைத்து வரும் சீமான், முதலமைச்சர் எடப்பாடி பழனிச்சாமியை சந்தித்தார். தைப்பூசம் திருநாளை அரசு விடுமுறையாக அறிவிக்க வேண்டும் என்று கோரிக்கை வைத்தார். தைப்பூச விழாவை தமிழர்களின் பண்பாடாகவும், அந்த விழாவை சிறப்பாகக் கொண்டாடுவதன் மூலமாக தமிழர் அடையாளத்தை மீட்டெடுக்கும் முயற்சி என்பது சீமானின் அசைக்க முடியாத நம்பிக்கை. ஆகவே, சீமானின் தமிழர் அரசியல் ஆன்மிகத்துடன் இரண்டறக் கலந்தது என்பது திண்ணம்.

ரஜினிகாந்தின் ஆன்மிக அரசியல் சினிமாவிலும், பொது தளத்திலும் வெளிப்பட்ட தருணங்களைக் கடந்த அத்தியாயங் களில் விரிவாகவே பார்த்தோம். இந்த அத்தியாயத்தில் சீமானின் தமிழர் அரசியலும் ஆன்மிகமும் இணையும் புள்ளியைக் கவனித்தோம். சீமானின் ஆன்மிக அரசியல், ரஜினிகாந்த் பேசும் ஆன்மிக அரசியலுக்கு எதிரானது என்பதைவிட, இவர்கள் இருவரின் அரசியலும் திராவிட இயக்கம் உருவாக்கி வைத்திருக்கும் மரபிற்கு எதிரானவை என்ற உண்மை நுட்பமாக கவனித்தால் புரியும்.

11

கோடம்பாக்கம்... கோட்டை...
ஊழல் ஒழிப்பு...

சினிமாக்காரர்களை அரசியலுக்குள் இழுத்து வந்தவர்கள் திராவிட கட்சியைச் சேர்ந்தவர்கள் என்ற விமர்சனத்தை இன்றளவும் நாம் கேட்க முடியும். பெரும்பாலும் தேசிய கட்சியைச் சேர்ந்தவர்கள், இந்தப் பார்வையை முன்வைப்பார்கள். ஆனால், உண்மை என்ன தெரியுமா? திரைத்துறையைச் சேர்ந்தவர்களை அரசியலுக்கு அறிமுகப்படுத்திய பெருமை காங்கிரஸ் கட்சியைச் சேரும்.

கே.பி. சுந்தராம்பாள் என்னும் புகழ்பெற்ற பாடகரை, நடிகரை காங்கிரஸ் மேடைக்கு அழைத்தவர் யார் தெரியுமா? தேசத் தந்தை காந்தியடிகள். ஆம். திரைத்துறையைச் சேர்ந்தவர்களை அரசியல் களத்திற்கு அறிமுகப்படுத்தியதில் முன்னோடி காந்தியார் அவர்கள்தான்.

1937ம் ஆண்டு தேர்தலில், நீதிக்கட்சியைத் தோற்கடிக்க, காங்கிரஸ் சார்பாக பிரச்சாரம் செய்வதற்கு கே.பி. சுந்தராம்பாள் அழைக்கப் பட்டார். கே.பி. சுந்தராம்பாள் பரப்புரை செய்த அந்தத் தேர்தலில் காங்கிரஸ் கட்சி வெற்றிப் பெற்றது.

1920களிலிருந்து அதிகாரத்தில் இருந்த கட்சி நீதிக்கட்சி. இடையில் சில ஆண்டுகள் அதிகாரத்தில் இல்லை. மற்றபடி, தொடர்ச்சியாக நீதிக்கட்சி ஆட்சி இருந்தது. அந்த நீதிக்கட்சி ஆட்சியை அகற்ற, காங்கிரஸ் கட்சிக்கு சினிமா பிரபலம் தேவைப்பட்டது. அந்த சினிமா பிரபலம்தான் கே. பி. சுந்தராம்பாள். அந்த கே.பி.சுந்தராம்பாள் காமராஜர் ஆட்சியில் மேலவையிலும் இடம்பெற்றார்.

எம்.ஆர்.ராதா, எம்.ஜி.ஆர்., எஸ்.எஸ்.ஆர். போன்ற நடிகர்களை திராவிட இயக்கம் பயன்படுத்துவதற்கு முன்பே கே.ப. சுந்தராம்பாளை தேர்தல் அரசியலுக்குப் பயன்படுத்திய பேரியக்கம் காங்கிரஸ். 'முகம் காட்டு ராமச்சந்திரா, முப்பது லட்சம் வாக்குகள் உதய சூரியனுக்கு' என்று அண்ணா எம்ஜிஆரைப் பார்த்துச் சொல்வதற்கு பல தசாப்தங்களுக்கு முன்பே சினிமா நடிகரை தேர்தல் பிரச்சாரத்திற்கு பயன்படுத்தி வெற்றியும் கண்டுவிட்டது காங்கிரஸ்.

திமுக எம்ஜிஆரைப் பயன்படுத்தி வளர்ந்த கட்சி. காங்கிரஸ் என்றால் காந்தியையும், காமராஜரையும் காட்டி வளர்ந்த கட்சி என்பது மேலோட்டமான பார்வை. காந்தியும், காமராஜருமே சினிமா பிரபலத்தை தேர்தல் வெற்றிக்குப் பயன்படுத்தி இருக்கிறார்கள் என்பதே உண்மை வரலாறு.

தமிழக அரசியலைப் பொருத்தவரை, கோடம்பாக்கம் சென்றால், எளிதாக கோட்டையைப் பிடித்துவிடலாம் என்பது எளிய விதியாக உள்ளது. எம்ஜிஆர் காலத்தில் தொடங்கிய அந்த ஃபார்முலா இன்று வரை தொடர்கிறது. பொதுவாக நடிகர்கள் கட்சி தொடங்கும் பொழுதெல்லாம் கொள்கை என்ன என்ற கேள்வி பொதுத் தளத்தில் இயல்பாக எழுகிறது. ஏன், நடிகர்களைப் பார்த்து மட்டும் அப்படிக் கேட்கிறார்கள் என்று கேட்கலாம்.

திராவிட கருத்தியலை வலியுறுத்துவதுதான் திராவிட கட்சிகளின் கொள்கை. இந்திய தேசியத்தையும், வேற்றுமையில் ஒற்றுமை என்ற கொள்கைதான் காங்கிரஸ் கட்சிக்கு கொள்கை. இந்துத்துவ கருத்தியல் மூலம் அகண்ட பாரதத்தை அமைப்பதுதான் பாஜகவின் லட்சியம். முதலாளித்துவ கொள்கைகளை எதிர்த்து, பாட்டாளி வர்க்க தேசியத்தை கட்டமைப்பது இடதுசாரிகளின் நோக்கம். இந்தக் கட்சிகள் தவிர்த்து பிற்படுத்தப்பட்டோர் இடஒதுக்கீட்டை வலியுறுத்தும் லாலு பிரசாத் யாதவ் கட்சி, தலித், பிற்படுத்தப் பட்டோர், சிறுபான்மையோர் ஒன்றிணைவை நோக்கமாகக்

கொண்டு உருவாக்கப்பட்ட பகுஜன் சமாஜ் கட்சி, மராத்திய மண்ணின் மைந்தர் கோட்பாட்டை கொள்கையாகக்கொண்ட சிவசேனா கட்சி எனப் பல்வேறு கட்சிகள் நமது நாட்டில் இருக்கின்றன. அந்த கட்சிகளின் கொள்கை என்ன? என்று யாரும் கேட்பது கிடையாது. ஏனென்றால், அந்தக் கட்சிகள் தொடங்கும் போதே தங்கள் கொள்கை என்னவென்று வெளிப்படையாக அறிவித்துவிடுகின்றன.

சினிமாவிலிருந்து வருபவர்கள் இதுவரை இருக்கும் கட்சிகளில் இருந்து நாங்கள் வேறுபட்டவர்கள் என்று காட்டவேண்டும். ஆகவே அவர்களுக்கு புதுப் புது இசங்கள் தேவைப்படுகின்றன. புதுப் புது இசங்களில் தங்களின் கொள்கைகளை அவர்கள் அறிவித்துக் கொண்டாலும், சினிமாக்காரர்கள் அரசியலுக்கு வருவதற்கு காரணமாக சொல்லும் ஒரே செய்தி ஊழல் ஒழிப்புதான். ஆம். அரசியலுக்கு வரும் எல்லா சினிமா நடிகர்களின் கொள்கையும் ஊழல் ஒழிப்பாகத்தான் இருக்கிறது.

எம்ஜிஆர் தன்னுடைய கொள்கையாக 'அண்ணாயிசம்' என்று அறிவித்தார். ஆனால், தான் ஏன் ஆட்சிக்கு வரவேண்டும்? என்ற கேள்விக்கு கருணாநிதி ஆட்சியின் ஊழலை அம்பலப்படுத்துவதே நோக்கம் என்று கூறினார். கட்சிக்குள் ஊழல் பெருகிவிட்டது. ஆகவேதான் கணக்கு கேட்டேன் என்றார். கருணாநிதியின் ஊழலை ஒழிப்பேன் என்பதுதான் அவரது அரசியலின் சாரம். அதிமுக தொடங்கிய பிறகு நடித்த படங்களிலும், ஊழல் செய்யும் வில்லனை கருணாநிதியைப்போல் மறைமுகமான குறியீடுகளால் தனது ரசிகர்களுக்கு உணர்த்துவார்.

அதிமுக தொடங்கிய எம்ஜிஆரின் ஊழல் ஒழிப்பு அரசியலை, 'நேற்று இன்று நாளை' படத்தின் ஒரு பாடல் காட்சியின் மூலம் விளக்கினால் எளிதில் புரிந்துகொள்ளலாம். திமுகவில் பதவியில் இருப்பவர்களால் நிர்வாகத்தில் ஊழல் மலிந்துவிட்டது என்பதை கீழ்க்கண்ட பாடல் வரிகளின் மூலமாகச் சொல்லி இருப்பார் எம்ஜிஆர். மக்களிடம் தன்னை ஊழல் ஒழிப்பு நாயகனாக முன்னிறுத்த இது போன்ற பாடல் வரிகள் அவருக்கு உதவியது.

> 'வீட்டிற்கெல்லாம் வெளிச்சம் போட கொடுத்த பணத்திலே
> தாங்கள் வெளிச்சம் போட்டு வாழ்ந்துவிட்டார் நகர சபையிலே...
> ஏழைக்கெல்லாம் வீடு என்று திட்டம் தீட்டினார்
> தாங்கள் வாழ்வதற்கு ஊர் பணத்தில் வீடு கட்டினார்

ஏய்ப்பவர்களுக்கே காலம் என்று நம்பி விடாதே
பொய் எத்தனை நாள் கை கொடுக்கும் மறந்துவிடாதே
ஒருநாள் இந்த நிலைமைக்கெல்லாம் மாறுதல் உண்டு
அந்த மாறுதலைச் செய்வதற்கு தேர்தல் உண்டு'

என்று எம்ஜிஆர் பாடும் பாடலை கேட்கும்பொழுது, ஏதோ ஒரு சினிமா பாட்டு என்று யாரும் நினைக்க மாட்டார்கள். அந்தப் பாடலுக்குப் பின்னால் வலிமையான திமுக எதிர்ப்பு அரசியல் இருக்கிறது என்பதை அன்றைய வாக்காளர்கள் உணர்ந்தார்கள். குறிப்பாக எம்ஜிஆர் ரசிகர்கள் புரிந்துகொண்டார்கள். அதுவும், 'அந்த மாறுதலைச் செய்வதற்கு தேர்தல் உண்டு' என்று எம்ஜிஆர் பாடும் போது, 'இரட்டை இலை' சின்னத்தை குளோசப் காட்சியில் காண்பிப்பார்கள்.

இந்தப் பாடல் வெளிவந்த சமயம் திண்டுக்கல் இடைத் தேர்தலில், 'இரட்டை இலை' வெற்றிப் பெற்றிருந்தது. ஆகவே, அந்த வெற்றிச் செய்தியையும் எம்ஜிஆர் அந்தப் பாடலில் காண்பிப்பார். இவ்வாறாக தனது படங்களின் மூலமாகவே ஊழல் எதிர்ப்பு அரசியலை செய்தார் எம்ஜிஆர். சினிமா கவர்ச்சி ஏற்படுத்திய தாக்கம், எம்ஜிஆரை ஊழல் எதிர்ப்பு நாயகனாகக் காட்டியதோடு மட்டுமல்லாமல், தமிழக முதலமைச்சராகவும் மாற்றியது என்பது வரலாறு.

கருப்பு எம்ஜிஆர் என்று தனது தொண்டர்களால் வர்ணிக்கப்பட்ட விஜயகாந்தும், ஊழலை ஒழிக்கப் போகிறேன் என்றுதான் கூறினார். எம்ஜிஆரைப்போல் ஆட்சி நடத்துவேன் என்று விஜயகாந்த் மக்களிடம் உறுதி கூறினார். அதைத் தாண்டி எந்தக் கொள்கை கோட்பாடுகளுக்குள்ளேயும் அவர் பயணிக்கவில்லை. தனது ரசிகர்களையும் அவர் குழப்பவில்லை. திமுக அதிமுக என இரண்டு கட்சிகளும் ஊழல் கட்சிகள், 'இந்தக் கட்சிகளுக்கு நான்தான் மாற்று' என்ற ஒற்றை வரியில் தனது கொள்கை, கோட்பாடு, லட்சியம் என அனைத்தையும் சொல்லிவிட்டார் விஜயகாந்த்.

ஜெயலலிதா மறைவிற்குப் பிறகு கட்சித் தொடங்கிய நடிகர் கமலஹாசன். அவரும் ஊழல் ஒழிப்பைத்தான் தனது கட்சியின் நோக்கமாக அறிவித்தார். அதன் பிறகு, கட்சியின் கொள்கை என்று கேட்டபோது, மய்யம் எனக் கூறினார். இடதும் இல்லை, வலதும் இல்லை மய்யத்தில் நின்று ஒரு பிரச்னையை அணுகுவேன்

என்றார். ஆனால், 50 ஆண்டுகளுக்கு மேலாக ஆட்சி செய்துவரும் திராவிட கட்சிகளால் ஊழல் பெருகிவிட்டது. அவர்களின் நிதி நிர்வாகத்தின் ஒழுங்கின்மையால்தான் தமிழகத்திற்கு பற்றாக் குறை ஏற்பட்டிருக்கிறது. அதற்கு மாற்றாகத்தான் கட்சி தொடங்கி உள்ளேன் என்று கட்சி தொடங்கிய மேடையிலிருந்து, தேர்தல் பிரச்சார மேடைவரை சொல்லிக் கொண்டேயிருக்கிறார் கமல்.

இங்கு ஓர் அதிசயத்தைப் பார்க்கவேண்டும், திமுகவின் ஊழலை ஒழிக்க ஒரு நடிகர் ஆரம்பித்த கட்சிதான் அதிமுக. அந்த அதிமுகவின் ஊழலையும் சேர்த்து ஒழிக்க விஜயகாந்த் என்ற நடிகரும் கட்சி தொடங்க வேண்டியதாயிற்று. அவர் தொடங்கியும் ஊழல் ஒழிந்தபாடில்லை. தற்போது கமலஹாசனும், ஊழல் ஒழிப்பை மய்யப்படுத்தித்தான் தனது அரசியல் என்பதை தெளிவுபடுத்தியிருக்கிறார்.

திராவிட கட்சிகளுக்கு மாற்றாக வரவேண்டும் என்று நினைத்த கமலஹாசன், தன்னுடைய அரசியல் பணிக்கு துணையாக தனது நண்பர் ரஜினிகாந்தையும் அழைக்கிறார். ரஜினிகாந்துடன் இணைந்து பணியாற்ற கமலஹாசன் விருப்பம் தெரிவிக்கிறார். ஆகவே, மய்ய அரசியலும் ஆன்மிக அரசியலும் இணைந்தால் ஊழலை ஒழிக்க முடியுமா? என்றால், அதற்கான பதிலை வருங்காலம்தான் சொல்ல வேண்டும்.

வருங்கால அரசியல் என்றால், நடிகர் விஜய்யைப் பற்றியும் பேசத்தான் வேண்டும். சுறா, வில்லு படத்திற்குப்பிறகு ஈழத்தமிழர் பிரச்னை, மீனவர் துயரம் என தமிழர் விவகாரங்கள் குறித்து ஆங்காங்கே குறியீடாகப் பேசி வந்தார் விஜய். 'கத்தி' படத்தில் கார்ப்பரேட் எதிர்ப்பு, தண்ணீர் பிரச்னை, ஸ்பெக்ட்ரம் முறைகேடு என சமகால அரசியலை விமர்சித்து வசனம் பேசத் தொடங்கினார் விஜய். பின்னர் 'சர்கார்' பட இசை வெளியீட்டு விழாவில், தனது ரசிகர்கள் விரும்பும்படி, அரசியல் பன்ச்களை தெறிக்க விட்டார். விஜய்யும் அரசியலுக்கு வர வாய்ப்பிருப்பதாகவே தோன்றுகிறது.

இந்த நிலையில்தான் பிகில் படத்தில் பெற்ற வருமானம் தொடர்பாக வருமான வரித்துறையினர் விஜய்யிடம் சோதனை நடத்தினர். இதற்குப் பின்னால், அரசியல் உள்ளது. விஜய் இனிமேல் அரசியல் வசனங்கள் பேசக்கூடாது என்பதற்காகத்தான் இந்த சோதனை உள்நோக்கத்துடன் நடத்தப்பட்டதாக, விஜய் ரசிகர்கள் கருதினர்.

காங்கிரஸ் கமிட்டி தலைவர் கே.எஸ். அழகிரி நடிகர் விஜய்யிற்கு ஆதரவாக பேசினார். கோடம்பாக்கத்திலிருந்து கோட்டைக்கு வர ஆசைப்படும் நடிகர்கள் பட்டியலில் நடிகர் விஜய்யையும் சேர்க்கலாம். நடிகர் விஜய் அரசியலுக்கு வந்தால், அவரின் கொள்கை என்னவாக இருக்கும்? அதற்கு அவரே சர்கார் இசை மேடையில் பதில் சொன்னார். 'நான் சர்கார் அமைத்தால் ஊழலை ஒழிப்பேன்' என்றுதான் பதில் சொன்னார். ஒருவேளை விஜய் அரசியலுக்கு வந்தால், அவருக்கும் ஊழல் ஒழிப்பு மட்டுமே கொள்கை என்பதை நாம் தெரிந்துகொள்ளலாம்.

இப்படியாக, தமிழகத்தைப் பொறுத்தவரை நடிகர்கள் அரசியலுக்கு வரும்பொழுதெல்லாம் ஊழல் ஒழிப்பைத்தான் முதன்மையான கொள்கையாக முன்வைக்கிறார்கள். ஆனால், இதற்கு விதி விலக்கான நடிகர்களும் இருக்கிறார்கள். லட்சிய நடிகர் எஸ்.எஸ். ராஜேந்திரனும், நடிகர் திலகம் சிவாஜி கணேசனும்தான் அந்த விதி விலக்குகள்.

நடிகர் எஸ்.எஸ்.ஆர் திமுகவிலிருந்தவர். திராவிடக் கொள்கையே தனது கொள்கை என உறுதி பூண்டவர். நாத்திக தத்துவத்தில் தனக்குள்ள பிடிப்பன் காரணமாக, புராண படங்களில் நடிப்பதையே முற்றிலுமாகத் தவிர்த்தவர். அதனால், லட்சிய நடிகர் எஸ்.எஸ்.ராஜேந்திரன் என்ற பட்டப்பெயர் அவருக்கு கிடைத்தது. தேர்தல் அரசியலில் எம்ஜிஆருக்கும் முன்னோடி. இந்திய அளவில் சட்டமன்றத்திற்குள் நுழைந்த முதல் நடிகர் என்ற பெருமையைப் பெற்றவர் எஸ்.எஸ். ராஜேந்திரன்.

பிற்காலத்தில் திமுகவிற்கு தென் மாவட்டங்களில், குறிப்பாக உசிலை, தேனி, பெரியகுளம் போன்ற பகுதிகளில் வலுவான வாக்கு வங்கியை உருவாக்கியதில் எஸ்.எஸ்.ராஜேந்திரனுக்கு முக்கிய பங்கு உண்டு. அதற்கு அவர் சார்ந்திருந்த சமூகமும் முக்கிய பங்காற்றியது.

பொதுவாக உசிலம்பட்டி, தேனி போன்ற பகுதிகளில் திமுகவிற்கு செல்வாக்கு குறைவாக இருக்கும். அதுவும் 1962ம் ஆண்டு திமுக என்ற கட்சியே அப்போதுதான் அந்தப் பகுதிகளில் அறிமுகமாகி வருகிறது. அந்த காலகட்டத்தில் திமுக சார்பாக நின்று வெற்றிப் பெற்றவர் எஸ்.எஸ்.ஆர். பிற்காலத்தில், திமுகவிலிருந்து விலகி அதிமுகவில் இணைந்தபோதும், தமிழக அளவில் மிகப் பெரிய வாக்கு வித்தியாசத்தில் வெற்றிபெற்றவர் எஸ்.எஸ்.ராஜேந்திரன்.

எஸ்.எஸ்.ஆர் எம்ஜிஆர் பெற்ற வாக்குகளைவிட அதிக வித்தியாசத்தில் வென்றவர் என்பது குறிப்பிடத்தக்கது.

எஸ்.எஸ்.ஆரும் பிற்காலத்தில் தனிக்கட்சி கண்டார். ஆனால், அந்த கட்சி குறுகிய காலத்திற்குத்தான் தொடர்ந்தது. இருப்பினும் தமிழக அரசியல் களத்தில் நடிகர் எஸ்.எஸ்.ஆருக்கு என்று தனித்த அடையாளம் இருக்கிறது என்பதை வரலாறு உறுதியாக பதிவு செய்கிறது. இந்த லட்சிய நடிகர் எஸ்.எஸ்.ஆர். தனது லட்சியமாக, ஒரு போதும் ஊழல் ஒழிப்பு என்று பேசியதில்லை. இந்தி எதிர்ப்பு, டில்லி எதிர்ப்பு போன்ற திராவிட இயக்கக் கொள்கைகளே தனது அடையாளம் என இறுதி வரை கூறியவர். எம்ஜிஆர் இறந்ததற்குப் பிறகு தனித்த ஆளுமையாக வரமுடியவில்லையென்றாலும், தனக்கு என்று கொள்கையிருக்கிறது என்று பறைசாற்றியவர் நடிகர் எஸ்.எஸ்.ஆர்.

'நடிகர் திலகம் சிவாஜி கணேசனை அரசியலில் தோல்வியடைந்த அரசர்' எனக் கூறுவதுண்டு. அரசியலில் சிவாஜி வெற்றி பெறவே இல்லை என்பது மேலோட்டமான பருந்து பார்வை. ஆனால், சற்று நுட்பமாக ஆராய்ந்தால் சிவாஜி தமிழக அரசியலில் ஆளுமையாக குறிப்படத் தகுந்த பங்கினை ஆற்றியிருக்கிறார் என்பது புரியும்.

சிவாஜி கணேசனின் அரசியல் திமுகவில் தொடங்கியது. பின்னர் திமுகவில் சரியான அங்கீகாரம் கிடைக்கவில்லை என்ற நிலை வந்தபோது, காமராசரின் தொண்டராக மாறுகிறார். காமராஜர் மூன்று முறை முதலமைச்சராக இருந்த காலகட்டத்தில் சிவாஜி, காமராஜருக்காக பிரச்சாரம் செய்திருக்கிறார்.

காமராஜரை நினைவுபடுத்தும் விதமாக, புகழும் விதமாக தனது படங்களின் பெயர், பாடல்கள், வசனங்களை அமைத்தார் சிவாஜி கணேசன். திமுகவின் சின்னத்தையும், அறிஞர் அண்ணாவையும் எம்ஜிஆர் தனது படங்களில் பெருமைப்படுத்துவார் என்பது பரவலாக அனைவரும் அறிந்த ஒன்று. ஆனால், சிவாஜி தனது படங்களில் காமராஜருக்காகவும், காங்கிரசிற்காகவும் செய்த விளம்பரங்கள் வெளியில் வருவதில்லை. காரணம், அவரது படத்தில் அவரது நடிப்பும், கதையும் மிகக் கனமானதாக இருக்கும். ஆகவே, சிவாஜியின் நடிப்பு மற்ற எல்லா அம்சங்களையும் தூக்கிச் சாப்பிட்டுவிடும்.

காமராஜர் தோல்வியுற்றபோதும், சிவாஜி காங்கிரஸில்தான் இருந்தார். காமராஜருக்குப் பிறகும் காங்கிரஸில்தான் இருந்தார்.

இந்திரா காந்தி எமர்ஜென்சிக்குப் பிறகு, தேர்தலைச் சந்தித்தபோது சிவாஜி, இந்திரா காங்கிரஸுக்குக்காக பிரச்சாரம் செய்தார். அந்த தேர்தல் முடிவில் இந்திரா காங்கிரஸ் - அதிமுக கூட்டணி அமோக வெற்றி. அந்த வெற்றிக்கு எம்ஜிஆர் கவர்ச்சி மட்டுமே முதன்மையான காரணம் எனப் பேசப்பட்டது. உண்மைதான். இருந்தாலும் சிவாஜியின் பங்களிப்பும் அந்தத் தேர்தலில் இருந்தது.

அதேபோல் 80ம் ஆண்டு மக்களவைத் தேர்தலில் திமுக - இந்திரா காங்கிரஸ் கூட்டணி மாபெரும் வெற்றி. அந்தத் தேர்தலிலும் சிவாஜி கூட்டணிக்காகப் பிரச்சாரம் செய்தார் என்பதைக் கவனிக்க வேண்டும். 84ம் ஆண்டு அதிமுக இந்திரா காங்கிரஸ் தேர்தல் வெற்றியிலும் சிவாஜியின் பிரச்சாரத்திற்கு பங்கு உண்டு. இப்படியாக, காமராஜர் முதலமைச்சரான தேர்தல் முதல் இந்திரா காந்தி, ராஜிவ் காந்தி பிரதமரான தேர்தல்கள்வரை சிவாஜி பிரச்சாரம் செய்திருக்கிறார். அப்போது கிடைத்த வெற்றியில் சிவாஜியின் பங்கும் இருக்கிறது. இதையெல்லாம், கணக்கில் கொள்ளாமல், சிவாஜி அரசியலில் ஒன்றுமே சாதிக்கவில்லை என்று பரப்புவது சரியான புரிதல் அல்ல.

30 ஆண்டுகளுக்கும் மேலாக தமிழகத்தில் காங்கிரசிற்காக உழைத்த சிவாஜி தனிக் கட்சி கண்டார். அப்போது தனது கட்சியின் கொள்கைகளாக விவரித்த அம்சங்கள் மிகவும் முக்கியமானவை.

'தேசியம் தேசியம்னு பேசி, பம்பாய் நம்மது, காஷ்மீர் நம்மது, டில்லி நம்மதுன்னு நினைச்சு என்னத்தை கண்டேன். எல்லாம் கைவிட்டுச்சி. பார்த்தேன். இந்த தமிழ் மக்கள்தான் நமக்கு நிரந்தரம். அவங்க காலடியில விழுந்துடுவோம்னு வந்துட்டேன். தோளில் வச்சு சுமந்தா சுமக்கட்டும். இல்லாட்டி காலில் போட்டு மிதிச்சாலும் மிதிக்கட்டும். என் உசுரு போறது இந்த தமிழ் மக்கள் மடியிலே போகட்டும்!'

மேற்குறிப்பிட்ட வசனங்கள் அனைத்தும் கட்சித் தொடங்கும் போது சிவாஜி பேசியவை. இந்தப் பேச்சின் சாரத்தைக் கவனித்தால் உங்களுக்கு முக்கியமான ஒரு புள்ளி தென்படும். காங்கிரஸ் போன்ற தேசிய கட்சியிலிருந்து வந்த சிவாஜி, தமிழ் தேசிய உணர்வுடன், இன்னும் சரியாகச் சொல்லப்போனால், திமுகவினர் பேசிய மாநில உணர்வு, டில்லி எதிர்ப்பு அரசியலை பேசியிருக்கிறார். நடிகர் ஒருவர் கட்சி ஆரம்பித்து இதுதான் எனது கொள்கை என்று பேசியது தமிழக அரசியல் வரலாற்றில் இதுதான்

முதன்முறை. தனிக்கட்சி கண்ட சிவாஜியால் தொடர்ந்து இயங்க முடியவில்லை என்பது தனிக்கதை. ஆனால், தனக்கென்று, தனது கட்சிக்கென்று தனித்துவமான கொள்கைகள் இதுதான் என்று அறிவித்த முதல் நடிகர் சிவாஜி கணேசன்.

சிவாஜி கணேசனுக்குப் பிறகு, கட்சி ஆரம்பித்த நடிகர் விஜயகாந்த்தும் தனியாக கொள்கைகளை வகுக்கவில்லை. ஊழல் எதிர்ப்புதான் கொள்கை என்றார். நடிகர் கமலஹாசனும் இதுதான் கொள்கையென்று சொல்லவில்லை. ஊழல் எதிர்ப்புதான் அவருடைய கொள்கையாகவும் இருந்தது. அந்த வகையில், நடிகர் ரஜினிகாந்த் 'ஆன்மிக அரசியல்' என்று ஒரு புதுவிதமான கொள்கையை முன்வைத்திருக்கிறார் என்றே பார்க்கவேண்டும். அவருடைய 'ஆன்மிக அரசியல்' வலது தன்மையுடையது, இந்துத்துவ சார்புடையது போன்ற விமர்சனங்கள் இருக்கிறது. ஆனால், இதுவரை அரசியலுக்கு வந்த நடிகர்கள் முன் வைக்காத அரசியல் கொள்கையை அவர் தெரிவித்திருக்கிறார் என்பதை கவனிக்க வேண்டும்.

தொடக்கத்தில் ரஜினிகாந்தும் சிஸ்டம் சரியில்லை என்றும், ஊழலை ஒழிப்பேன் என்றும் வழக்கமான நடிகர்களின் டயலாக்கைத்தான் பேசினார். பின்னர், 'ஆன்மிக அரசியல், அதுவும் சாதி மத பேதமில்லாத ஆன்மிக அரசியல்' என்று தெளிவாகக் கூறினார். தமிழக அரசியல் களத்திற்கு இரண்டு புதிய கூறுகளை ரஜினிகாந்த் அறிமுகப்படுத்தியிருக்கிறார். ஒன்று சினிமாவிலிருந்து அரசியலுக்கு வரும் நடிகர்கள் தங்களது கொள்கை என்னவென்று தெளிவாக கூறுகிற அம்சம். மற்றொன்று, ஆன்மிக அரசியல் என்று தமிழக அரசியல் களம் பார்த்திராத அரசியல் மரபு.

திராவிடம், இடதுசாரி, இந்துத்துவம், மாநில உணர்வு, இட ஒதுக்கீடு, என எந்தக் கொள்கைகளுடனும் வெளிப்படையாக காட்டிக் கொள்ளாமல் ஊழல் ஒழிப்பு என்ற ஒற்றைக் கோட்பாட்டுடன் களமிறங்கிய சினிமா நடிகர்கள் மத்தியில் 'ஆன்மிக அரசியல்' என்ற அரசியல் நிலைப்பாட்டுடன் ரஜினிகாந்த் களமிறங்கியிருப்பது நடிகர்களின் அரசியலில் அடுத்த கட்ட வளர்ச்சிதான். ஆனால், இந்த 'ஆன்மிக அரசியல் 'ரஜினிகாந்தின் அரசியலுக்கு வளர்ச்சியைக் கொடுக்குமா? என்பதற்கு காலம்தான் பதில் சொல்ல வேண்டும்.
